SÁCH NẤU ĂN CUỘC SỐNG CHUTNEY

Đi sâu vào nghệ thuật làm tương ớt với 100 công thức nấu ăn ngon

San Ninh

Tài liệu bản quyền ©2024

Đã đăng ký Bản quyền

Không phần nào của cuốn sách này được phép sử dụng hoặc truyền đi dưới bất kỳ hình thức nào hoặc bằng bất kỳ phương tiện nào mà không có sự đồng ý bằng văn bản thích hợp của nhà xuất bản và chủ sở hữu bản quyền, ngoại trừ những trích dẫn ngắn gọn được sử dụng trong bài đánh giá. Cuốn sách này không nên được coi là sự thay thế cho lời khuyên về y tế, pháp lý hoặc chuyên môn khác.

MỤC LỤC

MỤC LỤC 3
GIỚI THIỆU 6
CHUTNEY TRÁI CÂY 7
   1. AMARETTO CRANBERRY CHUTNEY 8
   2. TƯƠNG ỚT NAM VIỆT QUẤT 10
   3. TƯƠNG ỚT THANH LONG 12
   4. TƯƠNG ỚT VIỆT QUẤT 14
   5. TƯƠNG ỚT XOÀI ỚT FIJI 16
   6. TƯƠNG ỚT XOÀI 18
   7. TƯƠNG ỚT CAY FIJIAN 20
   8. TƯƠNG ỚT ĐÀO CAY 22
   9. DƯA CHUA VÀ TƯƠNG ỚT HÀNH ĐỎ 24
   10. TƯƠNG ỚT CƠM CHÁY 26
   11. TƯƠNG ỚT LÊ VÀ LỰU 28
   12. TƯƠNG ỚT TRÁI CÂY LÊN MEN 30
   13. MỨT TRÁI CÂY CHUTNEY 32
   14. TRÁI CÂY NƯỚNG TƯƠNG ỚT 34
   15. TƯƠNG ỚT ĐU ĐỦ CHUA NGỌT 36
   16. TƯƠNG ỚT TÁO & MẬN 38
   17. KHẾ CHUTNEY 40
   18. TƯƠNG ỚT MỘC QUA TẨM BẠCH ĐẬU KHẤU 42
   19. TƯƠNG ỚT CHUỐI 44
   20. TƯƠNG ỚT DATE&ORANGE 46
   21. TƯƠNG ỚT DỨA TƯƠI 48
   22. TƯƠNG ỚT CHANH 50
   23. TƯƠNG ỚT CHANH-TÁO 52
   24. TƯƠNG ỚT HUN KHÓI 54
   25. TƯƠNG ỚT XUÂN ĐÀO 56
   26. TƯƠNG ỚT ĐÀO NHANH 58
   27. TƯƠNG ỚT XOÀI TẨM BẠCH ĐẬU KHẤU 60
   28. DƯA HẤU TIÊU 62
   29. TƯƠNG ỚT NHO KHÔ 64
   30. TƯƠNG ỚT ĐÀO DẤM 66
   31. TƯƠNG ỚT CHANH TỎI 69
   32. TƯƠNG ỚT JALAPENO 71
   33. TƯƠNG ỚT TÁO VÀ NAM VIỆT QUẤT 73
   34. TƯƠNG ỚT XOÀI NGỌT CAY 75
   35. TƯƠNG ỚT ANH ĐÀO VÀ BALSAMIC 77
   36. TƯƠNG ỚT LÊ VÀ GỪNG 79
   37. TƯƠNG ỚT CAY 81
   38. TƯƠNG ỚT KIWI DỨA 83

MÓN RAU CỦ 85
  39. Cà Tím Và Tương Chut Cà Chua 86
  40. Tương ớt đại hoàng 89
  41. Tương ớt hành tây 91
  42. Bí ngòi tương ớt 93
  43. Tương ớt cà chua Chile 95
  44. Tương ớt cà rốt gừng 98
  45. Tương ớt chuông 100
  46. Tương ớt súp lơ cay 102
  47. Tương ớt củ dền 104
  48. Rau chân vịt và tương ớt đậu phộng 106
  49. Tương ớt củ cải 108
  50. Tương ớt ngô và cà chua 110
  51. Tương ớt đậu xanh 112
  52. Tương ớt cà chua xanh cay 114
  53. Tương ớt bí ngô và nho khô 116
  54. Rau chân vịt và tương ớt dừa 118
  55. Tương ớt củ cải và bạc hà 120
  56. Ớt chuông (ớt chuông) và tương ớt cà chua 122
  57. Cà tím cay Tương ớt 124
  58. Tương ớt cà rốt cay 126
  59. Tangy Ridge Bầu (Luffa) Tương Chutney 128

MÙI THẢO DƯỢC 130
  60. Ngò Fiji và Tương ớt chanh 131
  61. Tương ớt bạc hà 133
  62. Tương ớt ngò dừa 135
  63. Tương ớt bạc hà dứa 137
  64. Mầm cà chua và tương ớt 139
  65. Tương ớt rau mùi 141
  66. Húng quế Pesto Tương ớt 143
  67. Thì Là Và Sữa Chua Chutney 145
  68. Tương ớt mùi tây và quả óc chó 147
  69. Tương ớt hương thảo và hạnh nhân 149
  70. Tương ớt bạc hà và hạt điều 151
  71. Rau mùi và tương ớt đậu phộng 153
  72. Tương ớt quả óc chó 155
  73. Xô thơm và tương ớt hạt phỉ 157
  74. Tương ớt chanh húng tây 159
  75. Tarragon và Pistachio Chutney 161
  76. Tương ớt Oregano và quả óc chó 163
  77. Tương ớt Xô thơm và hạt thông 165
  78. Tương ớt hương thảo và tỏi 167
  79. Tương ớt chanh hẹ 169

80. Tương ớt chanh húng tây 171
81. Tương ớt húng quế và cà chua sấy khô 173
82. Rau thơm và hành tím tương ớt 175
83. Cỏ roi ngựa chanh và tương ớt hạnh nhân 177
84. Kinh giới và tương ớt hạt dẻ 179
85. Lá oregano và tương ớt hồ đào 181

MÙI HOA 183
86. Rose Hip và Sultanas Chutney 184
87. Hoa Oải Hương và Mật Ong Chutney 186
88. Tương ớt bạch đậu khấu và cánh hoa hồng 188
89. Hoa cơm cháy và tương chanh 190
90. Tương ớt hoa bí 192

CHUTNEY ỚT 194
91. Tương ớt cay 195
92. Habanero Táo Chutney 197
93. Tương ớt xanh rau mùi 199
94. Tương ớt ngọt 201
95. Tương ớt dừa 203
96. Tương ớt ớt chuông 205

HẠT CHUTNEY 207
97. Tương ớt đậu phộng 208
98. Tương ớt hạnh nhân 210
99. Tương ớt hạt điều 212
100. Tương ớt óc chó 214

KẾT LUẬN 216

GIỚI THIỆU

Chào mừng bạn đến với "Sách dạy nấu ăn tương ớt: Đi sâu vào nghệ thuật làm tương ớt với 100 công thức nấu ăn ngon lành." Tương ớt, với hương vị đậm đà, màu sắc rực rỡ và cách sử dụng linh hoạt, là nền tảng của ẩm thực Ấn Độ và là loại gia vị được yêu thích trên khắp thế giới. Trong cuốn sách nấu ăn này, chúng tôi mời bạn khám phá thế giới làm tương ớt phong phú và đa dạng, khám phá 100 công thức nấu ăn ngon sẽ nâng cao bữa ăn của bạn và đánh thức vị giác của bạn.

Tương ớt không chỉ là món ăn kèm; chúng là sự tôn vinh hương vị, sự cân bằng và truyền thống. Trong cuốn sách dạy nấu ăn này, chúng ta sẽ đi sâu tìm hiểu nghệ thuật làm tương ớt, từ việc lựa chọn nguyên liệu tươi ngon nhất cho đến cân bằng gia vị, vị ngọt và độ chua để tạo nên sự hòa quyện hài hòa giữa các hương vị. Cho dù bạn là người hâm mộ những món ăn cổ điển được yêu thích như tương ớt xoài và tương ớt bạc hà hay háo hức thử nghiệm những sự kết hợp sáng tạo và biến tấu hiện đại, bạn sẽ tìm thấy rất nhiều cảm hứng trong những trang này.

Mỗi công thức trong cuốn sách nấu ăn này đều được chế tạo cẩn thận và chú ý đến từng chi tiết, đảm bảo rằng mỗi mẻ tương ớt bạn làm đều có hương vị đậm đà và chân thực. Từ tương ớt cà chua thơm đến tương ớt xanh cay nồng, từ tương ớt dứa cay ngọt đến tương ớt dừa thơm, luôn có tương ớt cho mọi khẩu vị và mọi dịp.

Với hướng dẫn rõ ràng, mẹo hữu ích và hình ảnh ấn tượng, "Sách dạy nấu ăn Chutney Life" giúp bạn dễ dàng nắm vững nghệ thuật làm tương ớt trong chính căn bếp của mình. Cho dù bạn đang phục vụ tương ớt làm món ăn kèm với các món ăn Ấn Độ yêu thích của mình, kết hợp chúng vào bánh mì sandwich và món cuốn hay sử dụng chúng để thêm hương vị cho nước xốt và nước xốt, những công thức này chắc chắn sẽ gây ấn tượng và thích thú.

MÓN TRÁI CÂY

1.Tương ớt nam việt quất Amaretto

THÀNH PHẦN:
- 1 cốc quả nam việt quất tươi
- ¼ cốc rượu mùi Amaretto
- ¼ chén giấm táo
- ¼ cốc mật ong
- ¼ chén hành tây xắt nhỏ
- 1 muỗng canh gừng tươi bào sợi
- ¼ thìa cà phê quế
- Muối và hạt tiêu cho vừa ăn

HƯỚNG DẪN:

a) Trong một cái chảo vừa, kết hợp quả nam việt quất, Amaretto, giấm táo, mật ong, hành tây, gừng, quế, muối và hạt tiêu.
b) Đun sôi trên lửa vừa, thỉnh thoảng khuấy.
c) Nấu cho đến khi quả nam việt quất vỡ ra và hỗn hợp đặc lại khoảng 10-15 phút.
d) Điều chỉnh gia vị cho vừa miệng, thêm muối hoặc mật ong nếu muốn.
e) Dùng làm gia vị cho các món thịt nướng hoặc phết lên bánh mì sandwich.

2. Tương ớt việt quất

THÀNH PHẦN:
- 4 cốc quả nam việt quất, cắt nhỏ
- 1 củ gừng cỡ 1 inch, gọt vỏ và thái nhỏ
- 1 quả cam rốn lớn, cắt làm tư và thái nhỏ
- 1 củ hành nhỏ, thái hạt lựu
- ½ cốc nho khô
- 5 quả sung khô, cắt nhỏ
- ½ chén quả óc chó, nướng và cắt nhỏ
- 2 thìa hạt mù tạt
- 2 muỗng canh giấm táo
- ¾ cốc rượu whisky Bourbon hoặc Scotch (tùy chọn)
- 1½ cốc đường nâu nhạt
- 2 thìa cà phê quế xay
- 1 muỗng cà phê hạt nhục đậu khấu
- ½ thìa cà phê đinh hương xay
- ½ thìa muối
- ⅛ thìa cà phê ớt cayenne

HƯỚNG DẪN:
a) Trong một cái chảo 4 lít, kết hợp quả nam việt quất cắt nhỏ, gừng thái nhỏ, cam rốn thái nhỏ, hành tây thái hạt lựu, nho khô, quả sung khô cắt nhỏ, quả óc chó nướng và cắt nhỏ, hạt mù tạt, gừng thái nhỏ, giấm rượu táo và rượu whisky (nếu có). sử dụng).
b) Trong một bát nhỏ, trộn kỹ đường nâu, quế, nhục đậu khấu, đinh hương, muối và ớt cayenne.
c) Thêm các nguyên liệu khô từ bát nhỏ vào nồi cùng với các nguyên liệu khác. Khuấy để kết hợp mọi thứ.
d) Đun nóng hỗn hợp cho đến khi sôi.
e) Giảm nhiệt và để tương ớt sôi trong 25-30 phút, khuấy thường xuyên.
f) Sau khi hoàn thành, để tương ớt nguội rồi cho vào tủ lạnh tối đa 2 tuần. Ngoài ra, nó có thể được đông lạnh lên đến 1 năm.
g) Chúc bạn ngon miệng với món Chutney và nam việt quất thơm ngon!

3.Tương ớt thanh long

THÀNH PHẦN:
- 1 quả thanh long, thái hạt lựu
- 1 muỗng canh dầu thực vật
- 1 củ hành tây nhỏ, thái nhỏ
- 2 tép tỏi, băm nhỏ
- 1 muỗng canh gừng xay
- ¼ chén đường nâu
- ¼ chén giấm táo
- ¼ muỗng cà phê quế xay
- Muối và hạt tiêu cho vừa ăn

HƯỚNG DẪN:
a) Đun nóng dầu trong chảo vừa trên lửa vừa.
b) Thêm hành tây, tỏi và gừng vào xào cho đến khi hành tây mềm và trong suốt, khoảng 5 phút.
c) Thêm thanh long thái hạt lựu, đường nâu, giấm táo, quế, muối và hạt tiêu.
d) Đun sôi, sau đó giảm nhiệt và đun nhỏ lửa cho đến khi nước sốt đặc lại và thanh long mềm khoảng 15-20 phút.
e) Dùng làm gia vị cho các món nướng hoặc làm nước chấm cho món nem.

4. Tương ớt việt quất cam

THÀNH PHẦN:
- 24 ounce quả nam việt quất nguyên quả , rửa sạch
- 2 chén hành trắng , xắt nhỏ
- 4 thìa gừng , gọt vỏ, xay nhuyễn
- 2 cốc nho khô vàng
- 1 1/2 chén đường trắng
- 2 cốc giấm trắng chưng cất 5%
- 1 1/2 chén đường nâu
- 1 cốc nước cam
- 3 que quế

HƯỚNG DẪN:
a) Kết hợp tất cả các thành phần bằng cách sử dụng lò kiểu Hà Lan . Đun sôi ở nhiệt độ cao ; đun nhỏ lửa trong 15 phút .
b) Loại bỏ que quế và loại bỏ.
c) Đổ đầy vào lọ, để lại khoảng trống 1/2 inch .
d) Giải phóng bọt khí.
e) Đóng chặt lọ, sau đó đun nóng trong 5 phút trong bồn nước.

5. Tương ớt xoài Fijian

THÀNH PHẦN:
- 2 quả xoài chín, gọt vỏ, bỏ hạt và thái hạt lựu
- ½ cốc đường
- ¼ chén giấm
- 2-3 quả ớt đỏ, thái nhỏ (tuỳ theo sở thích gia vị)
- ½ muỗng cà phê gừng, xay
- ½ thìa cà phê đinh hương xay
- Muối để nếm

HƯỚNG DẪN:
a) Trong chảo, trộn xoài, đường, giấm, ớt đỏ, gừng, đinh hương xay và một chút muối.
b) Nấu trên lửa nhỏ, thỉnh thoảng khuấy đều cho đến khi hỗn hợp đặc lại và xoài mềm.
c) Để tương ớt nguội rồi bảo quản trong lọ. Tương ớt xoài cay này là sự lựa chọn hoàn hảo để thêm vị ngọt và cay vào bữa ăn của bạn.

6. Tương ớt mãng cầu

THÀNH PHẦN:
- 11 cốc xoài chưa chín xắt nhỏ
- 2 1/2 muỗng canh gừng tươi bào sợi
- 4 1/2 chén đường
- 1 thìa cà phê muối đóng hộp
- 1 1/2 muỗng canh tỏi tươi băm nhỏ
- 3 cốc giấm trắng chưng cất 5%
- 2 1/2 chén hành tây vàng, xắt nhỏ
- 2 1/2 chén nho khô vàng
- 4 thìa cà phê ớt bột

HƯỚNG DẪN:
a) Kết hợp đường và giấm trong một stockpot. Mang theo 5 phút. Thêm tất cả các thành phần khác.
b) Đun nhỏ lửa trong 25 phút, di chuyển thỉnh thoảng.
c) Đổ hỗn hợp vào lọ, chừa khoảng trống 1/2 inch. Giải phóng bọt khí.
d) Đóng chặt lọ, sau đó đun nóng trong 5 phút trong bồn nước.

7. Tương ớt me cay Fijian

THÀNH PHẦN:
- 1 cốc bột me
- ½ chén đường nâu
- ¼ cốc nước
- 2-3 tép tỏi, băm nhỏ
- 1-2 quả ớt đỏ, thái nhỏ (tuỳ theo sở thích gia vị)
- Muối để nếm

HƯỚNG DẪN:
a) Trong chảo, trộn bột me, đường nâu, nước, tỏi băm và ớt băm nhỏ.
b) Nấu trên lửa nhỏ, khuấy liên tục cho đến khi hỗn hợp đặc lại và đường tan.
c) Nêm muối cho vừa ăn.
d) Để tương ớt nguội, sau đó dùng làm món khai vị cay của Fiji. Nó kết hợp tốt với đồ ăn nhẹ chiên hoặc nướng.

8. Tương ớt đào cay được nuôi cấy

THÀNH PHẦN:
- ½ củ hành tây nhỏ, xắt nhỏ (khoảng ⅓ chén cắt nhỏ) và xào
- 2 quả đào vừa, bỏ hạt và cắt nhỏ
- ½ muỗng cà phê muối biển chưa tinh chế
- Nhúm hạt tiêu đen
- ⅛ muỗng cà phê đinh hương
- ¼ thìa cà phê bột nghệ
- ½ muỗng cà phê rau mùi đất
- ½ muỗng cà phê quế
- 1 quả ớt cayenne, khô và nghiền nát
- 3 muỗng canh whey, 2 viên nang men vi sinh hoặc ½ muỗng cà phê bột men vi sinh

HƯỚNG DẪN:

a) Kết hợp tất cả các thành phần trong một cái bát; nếu bạn đang sử dụng viên nang chứa men vi sinh, hãy đổ hết lượng chứa vào hỗn hợp trái cây và loại bỏ vỏ viên nang rỗng.

b) Quăng cho đến khi nó được trộn đều. Đổ hỗn hợp vào lọ thủy tinh nửa lít có nắp đậy, đậy nắp và để ở nhiệt độ phòng trong khoảng 12 giờ.

c) Làm lạnh, nơi nó sẽ giữ trong khoảng bốn ngày.

9. Dưa chua và tương ớt hành đỏ

THÀNH PHẦN:
- 2 cốc quả sung tươi, cắt làm tư
- 1 củ hành đỏ lớn, thái lát mỏng
- 1 chén giấm rượu vang đỏ
- 1/2 chén mật ong
- 1 muỗng cà phê hạt mù tạt
- 1/2 thìa cà phê tiêu đen
- Chút muối

HƯỚNG DẪN:
a) Trong chảo, trộn quả sung cắt đôi, hành đỏ thái lát mỏng, giấm rượu vang đỏ, mật ong, hạt mù tạt, tiêu đen và một chút muối.
b) Đun sôi hỗn hợp và nấu cho đến khi quả sung và hành tây mềm.
c) Để tương ớt nguội trước khi chuyển vào lọ sạch. Niêm phong và làm lạnh.

10. Tương ớt mâm xôi cơm cháy

THÀNH PHẦN:
- ½ chén hành đỏ, xắt nhỏ
- 1 muỗng canh dầu ô liu
- 4 quả mận đen, bỏ hạt và cắt nhỏ (khoảng 2 cốc)
- ½ chén hoa hồng hông khô (hoặc nho khô)
- ¾ cốc đường
- 1 muỗng cà phê quế xay
- ½ muỗng cà phê gừng xay
- ½ muỗng cà phê đinh hương khô
- 1 cốc giấm cơm cháy

HƯỚNG DẪN:

a) Trong chảo 2 lít, xào hành tây trong dầu ô liu trên lửa vừa, khuấy liên tục cho đến khi trong suốt, khoảng 5 phút.

b) Thêm mận, hoa hồng hông, đường, quế, gừng, đinh hương và giấm cơm cháy. Giảm nhiệt xuống mức vừa phải và nấu, không đậy nắp, cho đến khi trái cây xẹp xuống và hỗn hợp đặc lại, khoảng 25 phút. Khuấy thường xuyên để chống dính.

c) Để tương ớt nguội và cho vào lọ thủy tinh cỡ pint. Bảo quản trong tủ lạnh tối đa 6 tháng (nếu bạn không ăn hết trước!)

d) MẸO VỀ SỨC KHỎE: Thực phẩm có sắc tố màu đỏ sẫm, xanh lam và tím chứa nhiều chất chống oxy hóa có lợi tự nhiên được gọi là anthocyanin, có lợi cho sức khỏe tim mạch, phòng ngừa ung thư và điều chỉnh lượng glucose. Đặc biệt, quả cơm cháy đứng đầu danh sách của tôi để phòng ngừa cảm lạnh và cúm do chúng có hoạt tính kháng vi-rút cao. Các chế phẩm từ quả cơm cháy, chẳng hạn như trà, xi-rô, giấm, cây bụi và thạch, có thể tăng cường sức khỏe hô hấp, làm dịu chứng viêm đường hô hấp trên và hoạt động như một loại thuốc long đờm cho phổi bị tắc nghẽn.

11. Tương ớt lê và lựu

THÀNH PHẦN:
- 2 quả lê chín lớn (gọt vỏ, bỏ lõi và thái hạt lựu)
- 1 cốc hạt lựu
- ½ chén đường nâu
- ¼ chén giấm táo
- 1 muỗng cà phê quế xay
- ½ muỗng cà phê gừng xay
- ¼ thìa cà phê đinh hương xay
- Chút muối
- 1 muỗng canh dầu ô liu

HƯỚNG:
a) Trong chảo, đun nóng dầu ô liu trên lửa vừa. Thêm lê thái hạt lựu và xào trong 3-4 phút cho đến khi chúng mềm.
b) Rắc đường nâu lên lê và tiếp tục nấu, khuấy thường xuyên cho đến khi đường chuyển thành caramen và phủ lên lê, khoảng 5-7 phút. Đổ giấm táo vào, khuấy đều để khử men trong chảo.
c) Thêm hạt lựu, quế xay, gừng xay, đinh hương xay và một chút muối. Khuấy đều.
d) Giảm nhiệt xuống thấp và đun nhỏ lửa thêm 10 phút hoặc cho đến khi tương ớt đặc lại.
e) Tắt bếp và để tương ớt nguội trước khi chuyển vào lọ hoặc hộp đựng.

12. Tương ớt trái cây thơm (lên men)

THÀNH PHẦN:
- 3–4 quả táo, đào hoặc ½ quả dứa gọt vỏ, cắt nhỏ
- ½ cốc mơ khô xắt nhỏ, mận khô, nho khô vàng, quả nam việt quất, quả anh đào, quả hồ đào
- 1 tỏi tây thái lát
- Nước ép của hai quả chanh
- ¼ cốc váng sữa, lấy từ sữa chua hoặc nước kefir hoặc kombucha (đảm bảo quá trình lên men tốt)
- 2 thìa cà phê muối biển
- 1 thìa cà phê quế
- ⅛ muỗng cà phê ớt đỏ
- Nước hoặc nước dừa để tráng

HƯỚNG DẪN:
a) Trong một tô lớn, khuấy đều tất cả nguyên liệu trừ nước.
b) Đóng gói vào lọ thủy tinh sạch, chừa một hoặc hai khoảng trống ở trên cùng.
c) Che và để yên ở nhiệt độ phòng trong 2-3 ngày.
d) Bảo quản trong tủ lạnh tối đa một tháng hoặc đông lạnh.

13. Kẹo trái cây tương ớt

THÀNH PHẦN:
- 2 chén hỗn hợp kẹo trái cây, xắt nhỏ
- 1 cốc mơ khô, xắt nhỏ
- 1/2 cốc nho khô
- 1 cốc đường nâu
- 1 cốc giấm táo
- 1 thìa cà phê gừng xay
- 1/2 muỗng cà phê quế xay
- Một nhúm ớt cayenne (tùy chọn)

HƯỚNG DẪN:
a) Trong một cái chảo, kết hợp tất cả các thành phần và đun sôi.
b) Giảm nhiệt và đun nhỏ lửa trong 30-40 phút hoặc cho đến khi tương ớt đặc lại.
c) Để nguội trước khi dùng.
d) Tương ớt này kết hợp tốt với thịt nướng, pho mát hoặc phết lên bánh mì sandwich.

14. Thịt nướng hoa quả Tương ớt

THÀNH PHẦN:
- 16 củ hành nhỏ
- 1¼ chén rượu trắng khô
- 4 quả mơ vừa phải
- 2 quả đào lớn
- 2 quả cà chua mận nguyên quả
- 12 quả mận nguyên quả
- 2 tép tỏi vừa phải
- 2 muỗng canh nước tương ít natri
- ½ chén đường nâu sẫm
- ¼ thìa cà phê ớt đỏ

HƯỚNG DẪN:

a) Trong một cái chảo nhỏ, trộn hẹ và rượu, đun sôi trên lửa lớn.

b) Giảm nhiệt xuống mức vừa phải và để sôi, đậy nắp lại, đun lên cho đến khi hẹ tây mềm, 15 đến 20 phút

c) Trộn các nguyên liệu còn lại trong nồi lớn, thêm hẹ tây và rượu vào, đun sôi ở lửa lớn. Giảm nhiệt vừa phải ; nấu cho đến khi trái cây nát ra nhưng vẫn còn hơi dai, khoảng 10 đến 15 phút. Để nguội.

d) Di chuyển một phần nước sốt cho vào máy xay thực phẩm và xay nhuyễn. Dùng nước này làm nước muối

15. Tương ớt đu đủ chua ngọt

THÀNH PHẦN:
- 1 quả đu đủ (tươi, chín hoặc đóng hộp)
- 1 củ hành đỏ nhỏ; thái thật mỏng
- 1 quả cà chua vừa phải- (đến 2); bỏ hạt, thái hạt lựu nhỏ
- ½ chén hành lá cắt khúc
- 1 quả dứa nhỏ; cắt thành từng miếng
- 1 thìa mật ong
- Muối; nếm thử
- Tiêu đen mới xay; nếm thử
- ½ Jalapeno tươi; thái hạt lựu

HƯỚNG DẪN:
Trộn trong máy trộn

16. Tương ớt táo & mận

THÀNH PHẦN:
- 700 Gr.(1 pound, 8 oz.) táo, gọt vỏ, bỏ lõi và thái hạt lựu
- 1250 Gr.(2 pound,11 oz.) mận khô
- 450 Gr.(1 pound) hành tây, gọt vỏ và thái hạt lựu
- 2 cốc Sultanas
- 2 cốc giấm táo
- 2⅔cup Đường nâu mềm
- 1 thìa muối
- 1 thìa cà phê đất, hạt tiêu
- 1 thìa cà phê gừng xay
- ¼ thìa cà phê hạt nhục đậu khấu
- ¼ thìa cà phê ớt cayenne xay
- ¼ thìa cà phê đinh hương xay
- 2 thìa cà phê Hạt mù tạt
- Lọ thủy tinh tiệt trùng

HƯỚNG DẪN:
Cho tất cả nguyên liệu vào đun sôi trong chảo khá lớn. Giảm nhiệt. Đun nhỏ lửa trong khoảng 2 giờ.
Khi hỗn hợp đủ đặc, đổ tương ớt vào lọ đã khử trùng và đóng nắp lại ngay.

17. Tương ớt khế

THÀNH PHẦN:
- 2 cốc khế (khế) cắt khối (3/4 lb)
- ¼ cốc đường
- ½ chén rượu vang đỏ khô
- 1 thìa gừng, gọt vỏ thái hạt lựu
- ¼ thìa cà phê đinh hương xay
- 2 muỗng canh giấm rượu trắng

HƯỚNG DẪN:
Trộn tất cả nguyên liệu vào nồi vừa và khuấy đều. Đun sôi ở lửa vừa phải và nấu trong 25 phút hoặc lâu hơn cho đến khi hơi đặc lại.

18.Tương ớt mộc qua gia vị bạch đậu khấu

THÀNH PHẦN:
- 2 quả mộc qua, gọt vỏ, bỏ lõi và thái hạt lựu
- 1 củ hành tây, thái nhỏ
- 1/2 chén đường nâu
- 1/4 chén giấm táo
- 1 thìa cà phê thảo quả xay
- 1/2 muỗng cà phê quế xay
- 1/4 thìa cà phê đinh hương xay
- Chút muối

HƯỚNG DẪN:
a) Trong một cái chảo, kết hợp mộc qua thái hạt lựu, hành tây cắt nhỏ, đường nâu, giấm táo, thảo quả xay, quế xay, đinh hương xay và một chút muối.
b) Đun sôi hỗn hợp, sau đó giảm nhiệt và nấu trong khoảng 30-40 phút hoặc cho đến khi mộc qua mềm và tương ớt đặc lại.
c) Điều chỉnh độ ngọt và gia vị cho vừa khẩu vị.
d) Để tương ớt mộc qua nguội trước khi dùng. Nó kết hợp tốt với pho mát, thịt nướng hoặc làm gia vị cho bánh mì sandwich.

19. Banana tương ớt

THÀNH PHẦN:
- 6 quả chuối
- 1 chén hành băm
- 1 cốc nho khô
- 1 cốc táo chua băm
- 1 cốc giấm táo
- 2 cốc đường
- 1 thìa muối
- 1 thìa cà phê gừng xay
- 1 thìa cà phê hạt nhục đậu khấu
- ¼ chén ớt cayenne
- ⅓ cốc nước chanh
- 3 tép tỏi băm

HƯỚNG DẪN:
Gọt vỏ và nghiền chuối. Trong một đĩa thịt hầm lớn, trộn tất cả các nguyên liệu. Nướng trên vỉ nướng 350° trong khoảng 2 giờ, thỉnh thoảng khuấy đều.
Khi đặc lại, múc vào lọ khử trùng và đậy kín.

20.Tương ớt cam & chà là

THÀNH PHẦN:
- 1 pound cam chưa qua xử lý
- 3½ cốc đường
- 7 muỗng canh Xi-rô vàng
- 2 thìa muối thô
- ¼ thìa cà phê Ớt khô; nghiền nát
- 6¾ cốc giấm mạch nha
- 1 pound Hành tây; thái hạt lựu
- 1 pound Chà là; ném đá và thái hạt lựu
- 1 pound nho khô

HƯỚNG DẪN:
Nghiền vỏ cam và đặt sang một bên. Lấy vỏ cam ra và bỏ hạt. Cắt nhỏ phần thịt cam. Trong một cái chảo lớn bằng thép không gỉ, trộn đường, xi-rô, muối, ớt và giấm.
Đun sôi ở nhiệt độ cao, khuấy đều để hòa tan đường. Thêm cam, hành tây, chà là, nho khô và một phần vỏ cam bào. Giảm nhiệt và đun nhỏ lửa cho đến khi đặc lại, khoảng 1 giờ. Khuấy phần vỏ cam còn lại.

21. Tương ớt dứa tươi

THÀNH PHẦN:
- 1 Lg.(6-7 lb) dứa tươi
- 1 thìa muối
- ½ Lg. clove tỏi, nghiền
- 1¾ cốc nho khô không hạt
- 1¼ cốc đường nâu nhạt
- 1 cốc giấm táo
- 2 que quế 2 inch
- ¼ thìa cà phê đinh hương xay

HƯỚNG DẪN:
Gọt vỏ, cắt khúc và thái nhỏ dứa. rắc muối và để yên 1 tiếng rưỡi. Xả nước.
Cho tỏi và nho khô vào máy xay thực phẩm bằng lưỡi dao vừa phải. Thêm vào dứa.
Trộn đường, giấm và gia vị vào nồi và đun đến sôi. Thêm hỗn hợp trái cây vào và nấu trên lửa vừa cho đến khi đặc lại, khoảng 45 phút. Múc vào lọ phân đoạn nóng đã tiệt trùng và đậy kín ngay lập tức.

22. tương ớt chanh

THÀNH PHẦN:
- 12 quả chanh
- 2 củ tỏi
- Gừng miếng 4 inch
- 8 quả ớt xanh
- 1 thìa ớt bột
- 12 thìa đường
- 1 cốc giấm

HƯỚNG DẪN:
a) Rửa sạch chanh và cắt thành từng miếng nhỏ, bỏ hạt. Giữ lại nước cốt chanh đọng lại trong khi cắt. Cắt nhỏ tỏi, gừng và ớt.
b) Trộn tất cả nguyên liệu với nhau trừ giấm. Nấu trên lửa nhỏ cho đến khi hỗn hợp đặc lại.
c) Thêm giấm và đun nhỏ lửa trong 5 phút.
d) Để nguội và đóng chai. Ăn sau 3-4 tuần.

23. Tương ớt chanh-táo

THÀNH PHẦN:
- ¼ cốc nước cốt chanh tươi
- 1 thìa muối
- 1 củ hành tây nhỏ; thật nhuyễn
- 1 ½ pound táo xanh Tart
- ¼ thìa cà phê ớt đỏ
- 1½ muỗng cà phê mật ong
- ¼ chén dừa nạo không đường

HƯỚNG DẪN:
Trong đĩa không phản ứng, trộn nước cốt chanh và muối rồi khuấy lên cho đến khi muối tan.
Thêm hành tây, táo, ớt bột, mật ong và dừa. Khuấy đều, sau đó đậy nắp lại và để yên ít nhất 10 phút trước khi chia phần .

24.Tương ớt táo hun khói

THÀNH PHẦN:
- 4 pound táo Granny Smith, gọt vỏ và cắt thành từng múi
- 1 quả ớt chuông xanh hoặc đỏ lớn, bỏ hạt và thái hạt lựu
- 2 củ hành vàng lớn, thái hạt lựu
- 1 tép tỏi lớn, băm nhỏ
- 1 2 miếng Gừng tươi, thái lát mỏng
- 2 muỗng canh hạt mù tạt vàng
- ½ cốc giấm táo
- ¼ cốc nước
- 1 cốc đường nâu, đóng gói
- ¾ cup nho khô hoặc dòng điện

HƯỚNG DẪN:
Trộn tất cả nguyên liệu vào nồi.
Khuấy đều. Đặt lên giá trên cùng của máy hút thuốc. Đậy nắp máy hút thuốc và hút thuốc từ 4 đến 5 giờ, thỉnh thoảng khuấy tương ớt. Thêm nước nếu cần. Thức ăn thừa có thể được bảo quản trong lọ có nắp đậy trong tủ lạnh trong vài tuần.

25. Tương ớt quả xuân đào

THÀNH PHẦN:
- 1 chén đường nâu nhạt (đóng gói)
- ½ cốc giấm táo
- 4 quả xuân đào, gọt vỏ và thái hạt lựu (tối đa 5 quả)
- 1 cốc nho khô
- 1 quả chanh nguyên vỏ
- 1 quả chanh, gọt vỏ, bỏ hạt và thái hạt lựu
- 2 thìa gừng tươi, băm nhỏ
- 1 tép tỏi lớn, băm nhỏ
- ½ muỗng cà phê bột cà ri
- ¼ thìa cà phê ớt cayenne

HƯỚNG DẪN:
Trong một cái chảo vừa phải , không phản ứng, nấu giấm và đường nâu trên lửa vừa , khuấy đều để hòa tan đường. Đun sôi. Thêm các nguyên liệu còn lại.

Đun sôi trong 3 đến 5 phút. Lấy ra khỏi bếp và để nguội. Để trong tủ lạnh 2 tuần hoặc có thể. Dùng với thịt gia cầm, thịt lợn hoặc giăm bông.

26. Tương ớt đào nhanh

THÀNH PHẦN:
- 2 lon Nước ép đào cắt lát;(16 oz)Nước ép dự trữ
- ¼ cốc Cộng thêm 1 thìa giấm rượu vang trắng
- ¼ cốc đường
- ½ chén hành tây; thái hạt lựu
- 1 quả Jalapeno nhỏ, bỏ cuống, bỏ hạt; thái hạt lựu
- ½ thìa cà phê thì là xay
- ¼ thìa cà phê nghệ
- ¼ thìa cà phê quế xay
- ⅓cup nho khô vàng

HƯỚNG DẪN:
a) Trong một cái chảo không dùng nhôm, có kích thước vừa phải, trộn giấm, đường, hành tây và ớt jalapeno. Khuấy trên lửa vừa phải trong 3 phút.

b) Chế biến đào đã ráo nước thành bột nhuyễn thô trong máy xay thực phẩm. Thêm vào nồi cùng với ¼ cốc nước đào dành riêng, thì là, nghệ, quế và nho khô.

c) Đun sôi, giảm nhiệt và đun nhỏ lửa trong 20 phút, khuấy thường xuyên.

d) Chuyển tương ớt ra đĩa. Dùng khi còn ấm hoặc ở nhiệt độ phòng.

27. Tương ớt xoài tẩm gia vị bạch đậu khấu

THÀNH PHẦN:
- 2 cốc xoài chín thái hạt lựu
- 1/2 chén hành đỏ xắt nhỏ
- 1/4 cốc nho khô
- 1/2 chén đường nâu
- 1/2 chén giấm táo
- 1 thìa cà phê thảo quả xay
- 1/2 thìa cà phê gừng xay
- 1/4 muỗng cà phê ớt đỏ (tùy chọn)
- Muối để nếm

HƯỚNG DẪN:
a) Trong một cái chảo, trộn xoài thái hạt lựu, hành tím, nho khô, đường nâu, giấm táo, thảo quả xay, gừng xay và ớt đỏ.
b) Đun sôi hỗn hợp, sau đó giảm nhiệt và đun nhỏ lửa trong khoảng 30-40 phút hoặc cho đến khi tương ớt đặc lại.
c) Nêm muối cho vừa ăn.
d) Để tương ớt nguội trước khi dùng. Nó kết hợp tốt với thịt nướng, cà ri hoặc làm gia vị cho bánh mì sandwich.

28. Tương ớt dưa hấu

THÀNH PHẦN:

- Vỏ 1 quả dưa hấu vừa (6 đến 8 pound / 2,7 đến 3,6 kg), cắt thành miếng ½ inch (4 cốc)
- 1 củ hành ngọt lớn, thái nhỏ (1½ cốc)
- 1 quả ớt chuông vàng lớn, thái nhỏ (1 cốc)
- 3 quả ớt serrano, bỏ hạt và thái nhỏ (½ cốc)
- ¼ chén gừng tươi gọt vỏ (khoảng 6 inch)
- 1½ chén giấm rượu trắng
- 1½ cốc đường
- 1 muỗng canh hạt mù tạt
- 2 thìa cà phê bột nghệ
- 1 thìa cà phê muối

HƯỚNG DẪN:

a) Công thức này được đóng gói nóng, vì vậy hãy ngâm lọ sạch trong nước nóng. Trong một chiếc nồi nhỏ hơn, thêm nắp và vòng, 1 muỗng canh giấm trắng chưng cất và nước vào vừa đủ. Đun sôi trong 5 phút thì tắt bếp và để sang một bên.

b) Trong một nồi lớn, trộn vỏ dưa hấu, hành tây, ớt chuông, serranos, gừng, giấm, đường, hạt mù tạt, nghệ và muối. Trộn đều. Đun sôi trên lửa vừa cao, khuấy thường xuyên. Giảm nhiệt thấp; đun nhỏ lửa trong 1 giờ, khuấy thường xuyên.

c) Đặt lọ nóng lên thớt. Dùng phễu múc tương ớt nóng vào lọ, chừa lại khoảng trống ½ inch. Loại bỏ bọt khí và thêm tương ớt nếu cần thiết để duy trì khoảng trống ½ inch.

d) Lau sạch mép mỗi lọ bằng khăn ấm nhúng giấm trắng chưng cất. Đậy nắp và vòng trên mỗi lọ và vặn chặt bằng tay.

e) Đặt các lọ vào chậu nước, đảm bảo mỗi lọ được ngập trong ít nhất 1 inch nước. Thêm 2 muỗng canh giấm trắng chưng cất vào nước và vặn lửa lớn.

f) Đun sôi và chế biến cả panh và nửa panh trong 10 phút.

g) Đảm bảo không khởi động bộ hẹn giờ cho đến khi nước sôi hoàn toàn. Sau khi chế biến, đợi 5 phút trước khi lấy lọ ra khỏi hộp.

29. Tương ớt nho khô

THÀNH PHẦN:
- 3 pound (1,4 kg) mận (20 quả vừa), bỏ hạt và cắt nhỏ (10 cốc)
- 2 cốc đường nâu nhạt hoặc nâu đậm đóng gói
- 2 cốc giấm táo
- 2 cốc nho khô
- 1 củ hành lớn, thái nhỏ (1 cốc)
- 2 thìa cà phê gừng tươi băm nhỏ
- 2 muỗng canh hạt mù tạt
- ½ muỗng cà phê muối
- 1 tép tỏi, băm nhỏ

HƯỚNG DẪN:

a) Công thức này được đóng gói nóng, vì vậy hãy ngâm lọ sạch trong nước nóng. Trong một chiếc nồi nhỏ hơn, thêm nắp và vòng, 1 muỗng canh giấm trắng chưng cất và nước vào vừa đủ. Đun sôi trong 5 phút thì tắt bếp và để sang một bên.

b) Trong một nồi lớn, trộn mận, đường nâu, giấm, nho khô, hành tây, gừng, hạt mù tạt, muối và tỏi. Trộn đều. Đun sôi trên lửa vừa cao, khuấy thường xuyên. Giảm nhiệt xuống thấp và đun nhỏ lửa trong 30 phút, khuấy thường xuyên để tránh bị cháy.

c) Đặt lọ nóng lên thớt. Dùng phễu múc tương ớt nóng vào lọ, chừa lại khoảng trống ½ inch. Loại bỏ bọt khí và thêm tương ớt nếu cần thiết để duy trì khoảng trống ½ inch.

d) Lau sạch mép mỗi lọ bằng khăn ấm nhúng giấm trắng chưng cất. Đậy nắp và vòng trên mỗi lọ và vặn chặt bằng tay.

e) Đặt các lọ vào chậu nước, đảm bảo mỗi lọ được ngập trong ít nhất 1 inch nước. Thêm 2 muỗng canh giấm trắng chưng cất vào nước và vặn lửa lớn. Đun sôi và chế biến cả panh và nửa panh trong 10 phút. Đảm bảo không khởi động bộ hẹn giờ cho đến khi nước sôi hoàn toàn.

f) Sau khi chế biến, đợi 5 phút trước khi lấy lọ ra khỏi hộp.

30. Tương ớt đào giấm

THÀNH PHẦN:
- 5 pound (2,3 kg) đào vàng hoặc quả xuân đào, gọt vỏ, bỏ hạt và cắt thành xúc xắc ½ inch
- 2 chén đường
- 1½ chén giấm táo
- 1 chén hành ngọt xắt nhỏ
- ¾ cốc nho khô
- 2 hoặc 3 quả ớt jalapeño, thái hạt lựu
- 1 quả chuối ngọt hoặc ½ quả ớt chuông vàng, thái hạt lựu
- 3 muỗng canh hạt mù tạt
- 2 thìa gừng tươi bào sợi
- 2 tép tỏi, băm nhỏ
- 1 thìa cà phê garam masala
- ½ muỗng cà phê bột nghệ

HƯỚNG DẪN:

a) Chuẩn bị tắm nước nóng. Đặt lọ vào đó để giữ ấm. Rửa nắp và vòng trong nước xà phòng nóng rồi đặt sang một bên.

b) Trong nồi sâu hoặc nồi bảo quản đặt trên lửa vừa, kết hợp đào, đường, giấm rượu táo, hành tây, nho khô, ớt jalapeños, tiêu chuối, hạt mù tạt, gừng, tỏi, garam masala và nghệ. Từ từ đun sôi, khuấy thường xuyên. Giảm nhiệt thấp. Đun nhỏ lửa trong 1 giờ hoặc cho đến khi thật đặc.

c) Múc tương ớt vào lọ đã chuẩn bị sẵn, chừa lại ¼ inch khoảng trống trên đầu. Sử dụng một dụng cụ phi kim loại để loại bỏ bọt khí. Lau sạch vành và bịt kín bằng nắp và vòng.

d) Xử lý lọ trong bồn nước nóng trong 10 phút. Tắt lửa và để lọ ngâm trong bồn nước trong 10 phút.

e) Cẩn thận lấy lọ ra khỏi hộp đựng nước nóng. Đặt sang một bên để nguội trong 12 giờ.

f) Kiểm tra các nắp để có con dấu thích hợp. Tháo các vòng, lau sạch lọ, dán nhãn và ghi ngày tháng rồi chuyển vào tủ hoặc tủ đựng thức ăn.

g) Để có hương vị tốt nhất, hãy để tương ớt chín trong 3 đến 4 tuần trước khi dùng. Làm lạnh bất kỳ lọ nào không được đậy kín và sử dụng trong vòng 6 tuần. Lọ được đậy kín đúng cách sẽ để được trong tủ trong 12 tháng. Sau khi mở, làm lạnh và tiêu thụ trong vòng 6 tuần.

31. Tương ớt chanh tỏi

THÀNH PHẦN:
- 12 quả chanh, rửa sạch và cắt thành miếng xúc xắc ½ inch
- 12 tép tỏi, thái mỏng theo chiều dọc
- 1 miếng gừng tươi (4 inch), gọt vỏ và thái lát mỏng
- 8 quả ớt xanh (jalapeños hoặc serranos), bỏ cuống, bỏ hạt và thái lát mỏng
- 1 thìa ớt bột
- 1 chén giấm trắng chưng cất
- ¾ cốc đường

HƯỚNG DẪN:

a) Chuẩn bị tắm nước nóng. Đặt lọ vào đó để giữ ấm. Rửa nắp và vòng trong nước xà phòng nóng rồi đặt sang một bên.

b) Trong một cái chảo vừa, cho chanh, tỏi, gừng, ớt và bột ớt vào, khuấy đều rồi đun nhỏ lửa.

c) Thêm giấm và đường, đun nhỏ lửa rồi nấu, thỉnh thoảng khuấy đều cho đến khi chanh mềm và hỗn hợp đủ đặc để có thể tạo thành khối khi thả từ thìa xuống, khoảng 70 phút. Hủy bỏ khỏi nhiệt.

d) Múc tương ớt vào lọ đã chuẩn bị sẵn, chừa lại ¼ inch khoảng trống trên đầu. Sử dụng một dụng cụ phi kim loại để loại bỏ bọt khí. Lau sạch vành và bịt kín bằng nắp và vòng.

e) Xử lý lọ trong bồn nước nóng trong 20 phút. Tắt lửa và để lọ ngâm trong bồn nước trong 10 phút.

f) Cẩn thận lấy lọ ra khỏi hộp đựng nước nóng. Đặt sang một bên để nguội trong 12 giờ.

g) Kiểm tra các nắp để có con dấu thích hợp. Tháo các vòng, lau sạch lọ, dán nhãn và ghi ngày tháng rồi chuyển vào tủ hoặc tủ đựng thức ăn.

h) Để có hương vị ngon nhất, hãy để tương ớt nghỉ 3 ngày trước khi dùng. Làm lạnh bất kỳ lọ nào không được đậy kín và sử dụng trong vòng 6 tuần. Lọ được đậy kín đúng cách sẽ để được trong tủ trong 12 tháng.

i) Sau khi mở, làm lạnh và tiêu thụ trong vòng 6 tuần.

32. Dứa Và Tương ớt Jalapeno

THÀNH PHẦN:
- 2 cốc dứa thái hạt lựu
- 1 quả ớt jalapeno, bỏ hạt và thái nhỏ
- 1/2 chén giấm táo
- 1/4 chén đường nâu
- 1 thìa cà phê gừng xay
- 1/2 muỗng cà phê hạt mù tạt
- Chút muối

HƯỚNG DẪN:
a) Trong chảo, kết hợp dứa thái hạt lựu, ớt jalapeno cắt nhỏ, giấm táo, đường nâu, gừng nạo, hạt mù tạt và một chút muối.
b) Đun sôi hỗn hợp trên lửa vừa, sau đó giảm nhiệt xuống thấp và đun nhỏ lửa trong khoảng 20-25 phút, thỉnh thoảng khuấy đều cho đến khi tương ớt đặc lại.
c) Tắt bếp và để nguội trước khi chuyển vào lọ khử trùng. Bảo quản trong tủ lạnh.

33.Tương ớt táo và nam việt quất

THÀNH PHẦN:
- 2 chén táo thái hạt lựu (chẳng hạn như Granny Smith)
- 1 cốc nam việt quất tươi hoặc đông lạnh
- 1/2 chén giấm táo
- 1/2 chén đường cát
- 1/4 cốc nước
- 1 muỗng cà phê quế xay
- 1/4 thìa cà phê đinh hương xay
- Chút muối

HƯỚNG DẪN:

a) Trong một cái chảo, trộn táo thái hạt lựu, quả nam việt quất, giấm táo, đường, nước, quế xay, đinh hương xay và một chút muối.

b) Đun sôi hỗn hợp trên lửa vừa, sau đó giảm nhiệt xuống thấp và đun nhỏ lửa trong khoảng 15-20 phút, thỉnh thoảng khuấy đều cho đến khi táo và quả nam việt quất mềm và tương ớt đặc lại.

c) Tắt bếp và để nguội trước khi chuyển vào lọ khử trùng. Bảo quản trong tủ lạnh.

34. Sweet và Spicy Mango Chutney

THÀNH PHẦN:
- 2 quả xoài chín, gọt vỏ, bỏ hạt và thái hạt lựu
- 1/2 chén giấm trắng
- 1/2 chén đường nâu
- 1 củ hành tây nhỏ, thái nhỏ
- 2 tép tỏi, băm nhỏ
- 1 muỗng canh gừng xay
- 1 muỗng cà phê hạt mù tạt
- 1/2 muỗng cà phê bột nghệ
- 1/4 muỗng cà phê ớt cayenne (điều chỉnh theo khẩu vị)
- Chút muối

HƯỚNG DẪN:

a) Trong chảo, trộn xoài thái hạt lựu, giấm trắng, đường nâu, hành tây xắt nhỏ, tỏi băm, gừng bào sợi, hạt mù tạt, nghệ xay, ớt cayenne và một chút muối.

b) Đun sôi hỗn hợp trên lửa vừa, sau đó giảm nhiệt xuống thấp và đun nhỏ lửa trong khoảng 25-30 phút, thỉnh thoảng khuấy đều cho đến khi tương ớt đặc lại.

c) Tắt bếp và để nguội trước khi chuyển vào lọ khử trùng. Bảo quản trong tủ lạnh.

35. Tương ớt anh đào và balsamic

THÀNH PHẦN:
- 2 cốc quả anh đào tươi hoặc đông lạnh, bỏ hạt
- 1/2 chén giấm balsamic
- 1/4 cốc mật ong
- 1/4 cốc nước
- 1 muỗng cà phê vỏ cam bào
- 1/4 muỗng cà phê quế xay
- Chút muối

HƯỚNG DẪN:
a) Trong một cái chảo, kết hợp quả anh đào đã bỏ hạt, giấm balsamic, mật ong, nước, vỏ cam bào, quế xay và một chút muối.
b) Đun sôi hỗn hợp trên lửa vừa, sau đó giảm nhiệt xuống thấp và đun nhỏ lửa trong khoảng 20-25 phút, thỉnh thoảng khuấy đều cho đến khi quả anh đào mềm và tương ớt đặc lại.
c) Tắt bếp và để nguội trước khi chuyển vào lọ khử trùng. Bảo quản trong tủ lạnh.

36. Tương ớt lê và gừng

THÀNH PHẦN:
- 2 quả lê chín, gọt vỏ, bỏ lõi và thái hạt lựu
- 1/2 chén giấm táo
- 1/4 chén đường cát
- 1/4 chén đường nâu
- 1 củ hành tây nhỏ, thái nhỏ
- 2 thìa gừng tươi, băm nhỏ
- 1/2 muỗng cà phê hạt mù tạt
- 1/4 muỗng cà phê quế xay
- Chút muối

HƯỚNG DẪN:
a) Trong chảo, trộn lê thái hạt lựu, giấm táo, đường cát, đường nâu, hành tây xắt nhỏ, gừng băm, hạt mù tạt, quế xay và một chút muối.
b) Đun sôi hỗn hợp trên lửa vừa, sau đó giảm nhiệt xuống thấp và đun nhỏ lửa trong khoảng 20-25 phút, thỉnh thoảng khuấy đều cho đến khi tương ớt đặc lại.
c) Tắt bếp và để nguội trước khi chuyển vào lọ khử trùng. Bảo quản trong tủ lạnh.

37. Tương ớt mận gia vị

THÀNH PHẦN:
- 2 cốc mận thái hạt lựu
- 1/2 chén giấm táo
- 1/4 chén đường cát
- 1/4 cốc quả nam việt quất khô
- 1 củ hành tây nhỏ, thái nhỏ
- 2 tép tỏi, băm nhỏ
- 1 muỗng cà phê hạt mù tạt
- 1/2 thìa cà phê gừng xay
- 1/4 thìa cà phê đinh hương xay
- Chút muối

HƯỚNG DẪN:

a) Trong chảo, kết hợp mận thái hạt lựu, giấm táo, đường cát, quả nam việt quất khô, hành tây xắt nhỏ, tỏi băm, hạt mù tạt, gừng xay, đinh hương xay và một chút muối.

b) Đun sôi hỗn hợp trên lửa vừa, sau đó giảm nhiệt xuống thấp và đun nhỏ lửa trong khoảng 25-30 phút, thỉnh thoảng khuấy đều cho đến khi tương ớt đặc lại.

c) Tắt bếp và để nguội trước khi chuyển vào lọ khử trùng. Bảo quản trong tủ lạnh.

38. Tương ớt Kiwi và Dứa

THÀNH PHẦN:
- 2 quả kiwi chín, gọt vỏ và thái hạt lựu
- 1 cốc dứa thái hạt lựu
- 1/2 chén giấm táo
- 1/4 chén đường nâu
- 1 quả ớt chuông đỏ nhỏ, thái hạt lựu
- 1 củ hành tây nhỏ, thái nhỏ
- 1 thìa cà phê gừng xay
- 1/4 muỗng cà phê ớt đỏ
- Chút muối

HƯỚNG DẪN:

a) Trong chảo, trộn kiwi thái hạt lựu, dứa thái hạt lựu, giấm táo, đường nâu, ớt chuông đỏ thái hạt lựu, hành tây xắt nhỏ, gừng bào sợi, ớt đỏ và một chút muối.

b) Đun sôi hỗn hợp trên lửa vừa, sau đó giảm nhiệt xuống thấp và đun nhỏ lửa trong khoảng 20-25 phút, thỉnh thoảng khuấy đều cho đến khi tương ớt đặc lại.

c) Tắt bếp và để nguội trước khi chuyển vào lọ khử trùng. Bảo quản trong tủ lạnh.

CHUTNER RAU

39. Tương ớt cà tím và cà chua

THÀNH PHẦN:
- 1,5 kg trứng chín hoặc cà chua chín
- 1 ½ thìa cà phê hạt thì là
- 1 ½ thìa cà phê hạt thì là
- 1 ½ muỗng cà phê hạt mù tạt nâu
- ¼ chén dầu ô liu nguyên chất
- 2 củ hành đỏ, thái nhỏ
- 2 tép tỏi, thái nhỏ
- 2 quả ớt mắt chim đỏ, bỏ hạt và thái nhỏ
- 2 thìa cà phê lá húng tây
- 450 g cà tím, cắt thành miếng 1 cm
- 3 quả táo Granny Smith, gọt vỏ, bỏ lõi và cắt thành miếng 1 cm
- 1 chén giấm rượu vang đỏ
- 1 chén đường nâu đóng gói chắc chắn

HƯỚNG DẪN:

a) Rạch một đường nhỏ hình chữ thập ở gốc mỗi quả cà chua, sau đó chần chúng thành ba mẻ riêng biệt trong nồi nước sôi khoảng 30 giây hoặc cho đến khi vỏ bắt đầu bong ra. Sau đó, làm nguội nhanh chúng trong bồn chứa đầy nước lạnh, rồi gọt vỏ cà chua.

b) Cắt đôi quả cà chua đã gọt vỏ theo chiều ngang rồi múc hạt và lấy nước cốt cho vào tô; đặt những thứ này sang một bên. Cắt nhỏ phần thịt của cà chua và đặt sang một bên.

c) Trong một cái chảo lớn, nặng, khuấy hạt thì là, hạt thì là và hạt mù tạt nâu trên lửa vừa trong khoảng 1 phút hoặc cho đến khi chúng có mùi thơm. Sau đó, chuyển các gia vị này vào một cái bát.

d) Cho chảo lên lửa vừa, thêm dầu ô liu vào. Bây giờ, thêm hành tây, tỏi, ớt, húng tây và 3 muỗng cà phê muối vào. Thỉnh thoảng khuấy đều và nấu trong khoảng 5 phút.

e) Cho cà tím vào hỗn hợp và tiếp tục nấu, thỉnh thoảng khuấy trong khoảng 8 phút hoặc cho đến khi rau mềm. Thêm thịt cà chua cắt nhỏ, gia vị đã nướng trước đó, táo, giấm rượu vang đỏ và đường nâu.

f) Lọc phần nước ép cà chua đã để sẵn vào nồi, bỏ hạt. Đun sôi hỗn hợp, sau đó đun trong khoảng 45 phút hoặc cho đến khi phần lớn chất lỏng bay hơi.

g) Múc tương ớt nóng vào lọ đã khử trùng khi còn ấm và đậy kín lọ ngay.

40. tương ớt đại hoàng

THÀNH PHẦN:
- 1 pound đại hoàng
- 2 thìa cà phê gừng tươi bào nhuyễn
- 2 tép tỏi
- 1 quả ớt Jalapeno, (hoặc nhiều hơn) hạt và gân Lấy ra
- 1 thìa cà phê ớt bột
- 1 muỗng canh hạt mù tạt đen
- ¼ cốc nho
- 1 cốc đường nâu nhạt
- 1½ cốc giấm nhạt

HƯỚNG DẪN:
a) Rửa sạch đại hoàng và cắt thành từng miếng dày ¼ inch. Nếu thân cây rộng, trước tiên hãy cắt chúng làm đôi hoặc làm ba theo chiều dọc.
b) Băm nhuyễn gừng nạo cùng với tỏi và ớt.
c) Cho tất cả nguyên liệu vào chảo chống ăn mòn, đun sôi, sau đó giảm nhiệt và đun nhỏ lửa cho đến khi đại hoàng vỡ ra và có kết cấu như mứt, khoảng 30 phút.
d) Bảo quản lạnh trong lọ thủy tinh.

41. tương ớt hành tây

THÀNH PHẦN:
- 6 chén hành ngọt thái hạt lựu
- ½ cốc nước cốt chanh tươi
- 2 thìa cà phê hạt thì là nguyên hạt
- 1 muỗng cà phê hạt mù tạt
- ½ muỗng cà phê sốt Tabasco
- ¼ thìa cà phê ớt đỏ
- 2 thìa cà phê ớt xay
- ¼ cốc đường nâu nhạt
- Mỗi loại 1 muối tùy khẩu vị

HƯỚNG DẪN:
Trộn tất cả nguyên liệu trong nồi nặng trên lửa vừa . Đun sôi, khuấy thường xuyên. Khi hỗn hợp sôi, ngay lập tức Lấy ra khỏi bếp và cho vào lọ tiệt trùng nóng. Đậy kín chân không.

42. Tương ớt bí ngòi

THÀNH PHẦN:
- 3 quả bí ngòi vừa phải
- 1 củ hành
- ½ thìa cà phê Hing
- ½ muỗng cà phê Tamcon
- 2 quả ớt xanh

HƯỚNG DẪN:

a) Chiên bí xanh, hành tây và ớt xanh. Thêm nghệ, muối, nấu trên lửa nhỏ trong 5 đến 10 phút. Đun sôi tamcon, thêm vào trộn đều ở trên.

b) Nghiền nát toàn bộ trong máy trộn.

43. Tương ớt cà chua với Chile

THÀNH PHẦN:
- 1 thìa cà phê hạt thì là
- 1 muỗng cà phê hạt mù tạt đen
- 1 muỗng cà phê hạt rau mùi
- 1 muỗng cà phê hạt thì là
- 4 quả ớt khô
- ½ muỗng cà phê ớt đỏ
- 2 chén giấm trắng
- ½ cốc đường
- 8 cốc cà chua Roma hoặc loại cà chua dán khác đã gọt vỏ, cắt nhỏ và để ráo nước
- 12 tép tỏi, xắt nhỏ
- 1 thìa cà phê muối ngâm

HƯỚNG DẪN:

a) Trong chảo nóng và khô, trộn hạt thì là, hạt mù tạt, hạt rau mùi, hạt thì là và ớt. Rang các loại gia vị, khuấy liên tục cho đến khi có mùi thơm. Chuyển gia vị vào một bát nhỏ. Thêm mảnh ớt đỏ. Để qua một bên.

b) Trong một cái nồi lớn đặt trên lửa vừa, kết hợp giấm trắng và đường. Đun nhỏ lửa, khuấy đều để hòa tan đường.

c) Thêm cà chua, gia vị dành riêng và tỏi. Đun sôi. Giảm nhiệt xuống mức trung bình. Đun nhỏ lửa trong khoảng 1 tiếng rưỡi hoặc cho đến khi đặc lại. Thỉnh thoảng khuấy lúc đầu và thường xuyên hơn khi nó đặc lại. Sau khi đặc lại, cho muối ngâm vào khuấy đều rồi tắt bếp.

d) Chuẩn bị tắm nước nóng. Đặt lọ vào đó để giữ ấm. Rửa nắp và vòng trong nước xà phòng nóng rồi đặt sang một bên.

e) Múc tương ớt vào lọ đã chuẩn bị sẵn, chừa lại ½ inch khoảng trống trên đầu. Sử dụng một dụng cụ phi kim loại để loại bỏ bọt khí. Lau sạch vành và bịt kín bằng nắp và vòng.

f) Xử lý lọ trong bồn nước nóng trong 15 phút. Tắt lửa và để lọ ngâm trong bồn nước trong 10 phút.

g) Cẩn thận lấy lọ ra khỏi hộp đựng nước nóng. Đặt sang một bên để nguội trong 12 giờ.

h) Kiểm tra các nắp để có con dấu thích hợp. Tháo các vòng, lau sạch lọ, dán nhãn và ghi ngày tháng rồi chuyển vào tủ hoặc tủ đựng thức ăn.

i) Để có hương vị tốt nhất, hãy để tương ớt chín trong 3 đến 4 tuần trước khi dùng. Làm lạnh bất kỳ lọ nào không được đậy kín và sử dụng trong vòng 6 tuần. Các lọ được đậy kín đúng cách sẽ tồn tại trong tủ được 12 .

44. Tương ớt cà rốt và gừng

THÀNH PHẦN:
- 2 cốc cà rốt bào sợi
- 1 muỗng canh gừng xay
- 1/2 chén giấm táo
- 1/4 cốc mật ong hoặc đường nâu
- 1 muỗng cà phê hạt mù tạt
- 1/2 muỗng cà phê hạt thì là
- 1/4 thìa cà phê bột nghệ
- Muối để nếm

HƯỚNG DẪN:
a) Đun nóng một thìa dầu trong chảo. Thêm hạt mù tạt và hạt thì là. Sau khi chúng bắn tung tóe, hãy thêm cà rốt bào sợi và gừng bào sợi. Nấu cho đến khi cà rốt mềm.
b) Thêm giấm táo, mật ong (hoặc đường nâu), bột nghệ và muối. Khuấy đều.
c) Nấu trên lửa nhỏ cho đến khi hỗn hợp đặc lại, thỉnh thoảng khuấy đều. Điều chỉnh độ ngọt và gia vị tùy theo khẩu vị.
d) Để nguội hoàn toàn trước khi bảo quản trong lọ khử trùng. Làm lạnh và sử dụng trong vòng một vài tuần.

45. Tương ớt chuông

THÀNH PHẦN:
- 2 quả ớt chuông đỏ, thái hạt lựu
- 1 quả ớt chuông xanh, thái hạt lựu
- 1 củ hành tây, xắt nhỏ
- 2 tép tỏi, băm nhỏ
- Gừng miếng 1 inch, nạo
- 1 muỗng canh dầu thực vật
- 2 muỗng canh giấm táo
- 2 muỗng canh đường nâu
- 1/2 muỗng cà phê hạt thì là
- Muối để nếm

HƯỚNG DẪN:

a) Đun nóng dầu trong chảo trên lửa vừa. Thêm hạt thì là và để chúng bắn tung tóe.

b) Thêm hành tây xắt nhỏ, tỏi băm và gừng xay. Xào cho đến khi hành chuyển sang màu trong suốt.

c) Thêm ớt chuông thái hạt lựu và nấu cho đến khi chúng mềm.

d) Khuấy giấm táo, đường nâu và muối. Nấu cho đến khi tương ớt đặc lại một chút.

e) Để tương ớt nguội trước khi chuyển vào lọ khử trùng. Bảo quản trong tủ lạnh.

46. Tương ớt súp lơ cay

THÀNH PHẦN:
- 2 chén hoa súp lơ
- 1 củ hành tây, xắt nhỏ
- 2 quả ớt xanh, xắt nhỏ
- 2 tép tỏi, băm nhỏ
- 1 muỗng cà phê hạt mù tạt
- 1 thìa cà phê hạt thì là
- 1/4 thìa cà phê bột nghệ
- 1/4 chén giấm trắng
- 2 muỗng canh đường nâu
- Muối để nếm

HƯỚNG DẪN:
a) Hấp những bông súp lơ cho đến khi mềm rồi xắt nhỏ.
b) Đun nóng dầu trong chảo trên lửa vừa. Thêm hạt mù tạt và hạt thì là. Hãy để họ nói lắp bắp.
c) Thêm hành tây xắt nhỏ, ớt xanh và tỏi băm. Xào cho đến khi hành chuyển sang màu vàng nâu.
d) Khuấy súp lơ xắt nhỏ, bột nghệ, giấm trắng, đường nâu và muối. Nấu cho đến khi hỗn hợp đặc lại.
e) Để tương ớt nguội hoàn toàn trước khi bảo quản trong lọ đã khử trùng. Làm lạnh và sử dụng trong vòng một vài tuần.

47. Tương ớt củ dền

THÀNH PHẦN:
- 2 cốc củ cải đường xay
- 1 củ hành tây, xắt nhỏ
- 2 tép tỏi, băm nhỏ
- Gừng miếng 1 inch, nạo
- 1/4 chén giấm táo
- 2 thìa mật ong hoặc đường nâu
- 1/2 muỗng cà phê hạt thì là
- 1/4 muỗng cà phê bột quế
- Muối để nếm

HƯỚNG DẪN:

a) Đun nóng dầu trong chảo trên lửa vừa. Thêm hạt thì là và để chúng bắn tung tóe.

b) Thêm hành tây xắt nhỏ, tỏi băm và gừng xay. Xào cho đến khi hành chuyển sang màu trong suốt.

c) Thêm củ cải đường nghiền và nấu cho đến khi mềm.

d) Khuấy giấm táo, mật ong (hoặc đường nâu), bột quế và muối. Nấu cho đến khi tương ớt đặc lại một chút.

e) Để tương ớt nguội hoàn toàn trước khi chuyển vào lọ khử trùng. Bảo quản trong tủ lạnh.

48.Rau chân vịt và tương ớt đậu phộng

THÀNH PHẦN:
- 2 chén lá rau bina tươi
- 1/2 chén đậu phộng rang
- 2 quả ớt xanh
- 2 tép tỏi
- Gừng miếng 1 inch
- 2 thìa nước cốt chanh
- Muối để nếm

HƯỚNG DẪN:

a) Trong máy xay sinh tố hoặc máy chế biến thực phẩm, kết hợp lá rau bina tươi, đậu phộng rang, ớt xanh, tỏi, gừng, nước cốt chanh và muối.

b) Trộn cho đến khi mịn, thêm một ít nước nếu cần để đạt được độ đặc mong muốn.

c) Chuyển tương ớt vào tô phục vụ. Điều chỉnh gia vị nếu cần thiết. Dùng dưới dạng nhúng hoặc phết.

49. tương ớt củ cải

THÀNH PHẦN:
- 2 cốc củ cải nghiền
- 1 củ hành tây, xắt nhỏ
- 2 quả ớt xanh
- 2 thìa dừa nạo
- 1 thìa nước cốt chanh
- 1 muỗng cà phê hạt mù tạt
- 1/2 muỗng cà phê hạt thì là
- Một nhúm asafoetida (hing)
- Muối để nếm

HƯỚNG DẪN:

a) Đun nóng dầu trong chảo trên lửa vừa. Thêm hạt mù tạt và để chúng bắn tung tóe.

b) Thêm hạt thì là và asafoetida, tiếp theo là hành tây xắt nhỏ và ớt xanh. Xào cho đến khi hành chuyển sang màu trong suốt.

c) Thêm củ cải nghiền và nấu cho đến khi mềm.

d) Khuấy dừa nạo và nấu thêm một phút nữa.

e) Tắt bếp và để hỗn hợp nguội một chút. Sau đó thêm nước cốt chanh và muối. Trộn đều.

f) Phục vụ tương ớt củ cải như một món ăn phụ hoặc gia vị.

50. Tương ớt ngô và cà chua

THÀNH PHẦN:
- 1 chén hạt ngô tươi
- 2 quả cà chua, xắt nhỏ
- 1 củ hành tây, xắt nhỏ
- 2 tép tỏi, băm nhỏ
- Gừng miếng 1 inch, nạo
- 2 quả ớt xanh
- 1 muỗng canh dầu thực vật
- 1 muỗng cà phê hạt mù tạt
- 1/2 muỗng cà phê bột nghệ
- Muối để nếm
- Lá rau mùi tươi để trang trí

HƯỚNG DẪN:

a) Đun nóng dầu trong chảo trên lửa vừa. Thêm hạt mù tạt và để chúng bắn tung tóe.

b) Thêm hành tây xắt nhỏ, tỏi băm, gừng bào sợi và ớt xanh. Xào cho đến khi hành tây mềm và trong suốt.

c) Thêm hạt ngô tươi và cà chua xắt nhỏ. Nấu cho đến khi cà chua mềm và ngô mềm.

d) Khuấy bột nghệ và muối. Trộn đều và nấu thêm một phút nữa.

e) Tắt bếp và để tương ớt nguội một chút. Trang trí với lá rau mùi tươi trước khi dùng.

51. Tương ớt đậu xanh

THÀNH PHẦN:
- 2 chén đậu xanh xắt nhỏ
- 1 củ hành tây, xắt nhỏ
- 2 quả ớt xanh
- 2 thìa dừa nạo
- 1 muỗng canh bột me
- 1 muỗng cà phê hạt mù tạt
- 1/2 muỗng cà phê hạt thì là
- Một nhúm asafoetida (hing)
- Muối để nếm

HƯỚNG DẪN:

a) Đun nóng dầu trong chảo trên lửa vừa. Thêm hạt mù tạt và để chúng bắn tung tóe.
b) Thêm hạt thì là và asafoetida, tiếp theo là hành tây xắt nhỏ và ớt xanh. Xào cho đến khi hành chuyển sang màu trong suốt.
c) Thêm đậu xanh xắt nhỏ và nấu cho đến khi mềm.
d) Khuấy dừa nạo và bột me. Nấu thêm một phút nữa.
e) Tắt bếp và để hỗn hợp nguội một chút. Sau đó thêm muối và trộn đều.
f) Dùng tương ớt đậu xanh như một món ăn phụ hoặc gia vị.

52. Tương ớt cà chua xanh cay

THÀNH PHẦN:
- 2 cốc cà chua xanh, thái hạt lựu
- 1 củ hành tây, thái nhỏ
- 2 quả ớt xanh, xắt nhỏ
- 2 tép tỏi, băm nhỏ
- Gừng miếng 1 inch, nạo
- 1/4 chén giấm táo
- 2 muỗng canh đường nâu
- 1/2 muỗng cà phê hạt mù tạt
- 1/2 muỗng cà phê hạt thì là
- 1/4 thìa cà phê bột nghệ
- Muối để nếm

HƯỚNG DẪN:

a) Đun nóng dầu trong chảo trên lửa vừa. Thêm hạt mù tạt và hạt thì là. Hãy để họ nói lắp bắp.

b) Thêm hành tây xắt nhỏ, ớt xanh, tỏi băm và gừng nạo. Xào cho đến khi hành chuyển sang màu trong suốt.

c) Thêm cà chua xanh thái hạt lựu và nấu cho đến khi chúng mềm.

d) Khuấy giấm táo, đường nâu, bột nghệ và muối. Nấu cho đến khi hỗn hợp đặc lại một chút.

e) Để tương ớt nguội hoàn toàn trước khi chuyển vào lọ khử trùng. Bảo quản trong tủ lạnh.

53. Tương ớt bí ngô và nho khô

THÀNH PHẦN:
- 2 chén bí ngô, thái hạt lựu
- 1 củ hành tây, xắt nhỏ
- 1/2 cốc nho khô
- 2 muỗng canh giấm táo
- 2 thìa mật ong hoặc đường nâu
- 1/2 muỗng cà phê hạt mù tạt
- 1/2 muỗng cà phê hạt thì là
- 1/4 muỗng cà phê bột quế
- Nhúm hạt nhục đậu khấu
- Muối để nếm

HƯỚNG DẪN:

a) Đun nóng dầu trong chảo trên lửa vừa. Thêm hạt mù tạt và hạt thì là. Hãy để họ nói lắp bắp.

b) Thêm hành tây xắt nhỏ và xào cho đến khi chúng chuyển sang màu trong suốt.

c) Thêm bí ngô thái hạt lựu và nấu cho đến khi mềm.

d) Khuấy nho khô, giấm táo, mật ong (hoặc đường nâu), bột quế, nhục đậu khấu và muối. Nấu cho đến khi tương ớt đặc lại một chút.

e) Để tương ớt nguội hoàn toàn trước khi chuyển vào lọ khử trùng. Bảo quản trong tủ lạnh.

54. Rau chân vịt và tương ớt dừa

THÀNH PHẦN:
- 2 chén lá rau bina, rửa sạch và cắt nhỏ
- 1 củ hành tây, xắt nhỏ
- 1/2 chén dừa nạo
- 2 quả ớt xanh
- 2 thìa nước cốt chanh
- 1 muỗng cà phê hạt mù tạt
- 1/2 muỗng cà phê hạt thì là
- 1/4 thìa cà phê bột nghệ
- Muối để nếm

HƯỚNG DẪN:

a) Đun nóng dầu trong chảo trên lửa vừa. Thêm hạt mù tạt và hạt thì là. Hãy để họ nói lắp bắp.

b) Thêm hành tây xắt nhỏ và xào cho đến khi chúng chuyển sang màu trong suốt.

c) Thêm lá rau bina xắt nhỏ và nấu cho đến khi chúng héo.

d) Khuấy dừa nạo, ớt xanh, nước cốt chanh, bột nghệ và muối. Nấu thêm vài phút nữa.

e) Để tương ớt nguội hoàn toàn trước khi chuyển vào lọ khử trùng. Bảo quản trong tủ lạnh.

55. Tương ớt củ cải và bạc hà

THÀNH PHẦN:
- 2 cốc củ cải nghiền
- 1/2 chén lá bạc hà tươi
- 1/4 chén đậu phộng rang
- 2 quả ớt xanh
- 2 thìa nước cốt chanh
- 1 muỗng cà phê hạt mù tạt
- 1/2 muỗng cà phê hạt thì là
- 1/4 muỗng cà phê bột ớt đỏ
- Muối để nếm

HƯỚNG DẪN:

a) Đun nóng dầu trong chảo trên lửa vừa. Thêm hạt mù tạt và hạt thì là. Hãy để họ nói lắp bắp.

b) Thêm củ cải nghiền và xào cho đến khi mềm.

c) Trong máy xay sinh tố, kết hợp lá bạc hà tươi, đậu phộng rang, ớt xanh, nước cốt chanh, bột ớt đỏ và muối. Trộn thành một hỗn hợp mịn.

d) Khuấy bột bạc hà vào hỗn hợp củ cải đã nấu chín. Nấu thêm vài phút nữa.

e) Để tương ớt nguội hoàn toàn trước khi chuyển vào lọ khử trùng. Bảo quản trong tủ lạnh.

56. Ớt chuông (ớt chuông) và tương ớt cà chua

THÀNH PHẦN:
- 2 quả cà chua cỡ vừa, thái hạt lựu
- 2 quả ớt cỡ vừa (ớt chuông), thái hạt lựu
- 1 củ hành tây, thái nhỏ
- 2 quả ớt xanh, xắt nhỏ
- 1 muỗng canh gừng-tỏi
- 1 muỗng cà phê hạt mù tạt
- 1 thìa cà phê hạt thì là
- 1/2 muỗng cà phê bột nghệ
- 1 thìa cà phê bột ớt đỏ
- 1 muỗng canh giấm
- Muối để nếm
- 2 muỗng canh dầu

HƯỚNG DẪN:

a) Đun nóng dầu trong chảo. Thêm hạt mù tạt và hạt thì là. Hãy để họ nói lắp bắp.

b) Thêm hành tây xắt nhỏ và ớt xanh. Xào cho đến khi hành chuyển sang màu vàng nâu.

c) Thêm bột gừng-tỏi và xào trong một phút.

d) Thêm cà chua thái hạt lựu và ớt chuông. Nấu cho đến khi chúng mềm.

e) Khuấy bột nghệ, bột ớt đỏ, giấm và muối. Nấu thêm vài phút nữa cho đến khi tương ớt đặc lại.

f) Để tương ớt nguội hoàn toàn trước khi bảo quản trong lọ đã khử trùng. Làm lạnh và sử dụng trong vòng một vài tuần.

57. Cà tím cay (Cà tím) Tương ớt

THÀNH PHẦN:
- 2 củ cà tím cỡ vừa (cà tím), thái hạt lựu
- 1 củ hành tây, xắt nhỏ
- 2 quả cà chua, xắt nhỏ
- 2 quả ớt xanh, xắt nhỏ
- 2 tép tỏi, băm nhỏ
- 1 muỗng canh bột me
- 1 muỗng cà phê hạt mù tạt
- 1 thìa cà phê hạt thì là
- 1/2 muỗng cà phê bột nghệ
- 1 thìa cà phê bột ớt đỏ
- Muối để nếm
- 2 muỗng canh dầu

HƯỚNG DẪN:

a) Đun nóng dầu trong chảo. Thêm hạt mù tạt và hạt thì là. Hãy để họ nói lắp bắp.

b) Thêm hành tây xắt nhỏ và ớt xanh. Xào cho đến khi hành chuyển sang màu trong suốt.

c) Thêm tỏi băm và xào trong một phút.

d) Thêm cà tím thái hạt lựu và cà chua. Nấu cho đến khi chúng trở nên nhão.

e) Khuấy bột me, bột nghệ, bột ớt đỏ và muối. Nấu thêm vài phút nữa cho đến khi tương ớt đặc lại.

f) Để tương ớt nguội hoàn toàn trước khi bảo quản trong lọ đã khử trùng. Làm lạnh và sử dụng trong vòng một vài tuần.

58. Tương ớt cà rốt cay

THÀNH PHẦN:
- 2 cốc cà rốt bào sợi
- 1 củ hành tây, xắt nhỏ
- 2 quả ớt xanh, xắt nhỏ
- 2 thìa dừa nạo
- 1 muỗng cà phê hạt mù tạt
- 1 thìa cà phê urad dal (hạt đen tách đôi)
- 1/2 muỗng cà phê hạt thì là
- 1/4 thìa cà phê asafoetida (hing)
- 1 muỗng canh bột me
- Muối để nếm
- 2 muỗng canh dầu

HƯỚNG DẪN:

a) Đun nóng dầu trong chảo. Thêm hạt mù tạt, urad dal và hạt thì là. Hãy để họ nói lắp bắp.

b) Thêm hành tây xắt nhỏ và ớt xanh. Xào cho đến khi hành chuyển sang màu trong suốt.

c) Thêm cà rốt bào sợi và dừa nạo. Nấu cho đến khi cà rốt mềm.

d) Khuấy bột me, asafoetida và muối. Nấu thêm vài phút nữa cho đến khi tương ớt đặc lại.

e) Để tương ớt nguội hoàn toàn trước khi bảo quản trong lọ đã khử trùng. Làm lạnh và sử dụng trong vòng một vài tuần.

59. Tangy Ridge Bầu (Luffa) tương ớt

THÀNH PHẦN:
- 2 chén bầu nạo (mướp)
- 1 củ hành tây, xắt nhỏ
- 2 quả ớt xanh, xắt nhỏ
- 1 muỗng canh gừng xay
- 1 muỗng canh dừa nạo
- 1 muỗng cà phê hạt mù tạt
- 1 thìa cà phê urad dal (hạt đen tách đôi)
- 1/2 muỗng cà phê hạt cỏ cà ri
- 1/4 thìa cà phê asafoetida (hing)
- 1 muỗng canh bột me
- Muối để nếm
- 2 muỗng canh dầu

HƯỚNG DẪN:

a) Đun nóng dầu trong chảo. Thêm hạt mù tạt, urad dal, hạt cỏ cà ri và asafoetida. Hãy để họ nói lắp bắp.

b) Thêm hành tây xắt nhỏ, ớt xanh và gừng xay. Xào cho đến khi hành chuyển sang màu trong suốt.

c) Thêm bầu nạo và dừa nạo. Nấu cho đến khi bầu mềm.

d) Khuấy bột me và muối. Nấu thêm vài phút nữa cho đến khi tương ớt đặc lại.

e) Để tương ớt nguội hoàn toàn trước khi bảo quản trong lọ đã khử trùng. Làm lạnh và sử dụng trong vòng một vài tuần.

MÙI THẢO DƯỢC

60. Ngò Fiji và tương ớt chanh

THÀNH PHẦN:
- 1 chén lá ngò tươi, bỏ cuống
- Nước ép của 2 quả chanh
- 2 tép tỏi, băm nhỏ
- 1-2 quả ớt xanh, thái nhỏ
- ½ thìa cà phê bột thì là
- Muối để nếm

HƯỚNG DẪN:

a) Trong máy xay thực phẩm, trộn ngò, nước cốt chanh, tỏi băm, ớt xanh xắt nhỏ, bột thì là và muối.

b) Trộn cho đến khi bạn có tương ớt mịn với hương vị tươi sáng, thơm.

c) Dùng món ngò và tương ớt chanh này như một loại gia vị thơm ngon cho các món nướng hoặc chiên.

61. Tương ớt ngò-bạc hà

THÀNH PHẦN:
- 2 chén lá ngò tươi
- 1 chén lá bạc hà tươi
- ⅓ cốc sữa chua nguyên chất
- ¼ chén hành tây thái nhỏ
- 1 muỗng canh nước cốt chanh
- 1½ muỗng cà phê đường
- ½ thìa cà phê thì là xay
- ¼ thìa cà phê muối ăn

HƯỚNG DẪN:

a) Xử lý tất cả nguyên liệu trong máy xay thực phẩm cho đến khi mịn, khoảng 20 giây, cạo dọc thành bát nếu cần.

62. Tương ớt ngò dừa

THÀNH PHẦN:
- 1 chén lá ngò tươi
- ½ chén dừa vụn
- 1 quả ớt xanh, bỏ hạt và cắt nhỏ
- 2 thìa nước cốt chanh
- 1 muỗng canh chana dal rang (đậu xanh tách đôi)
- 1 muỗng canh dừa nạo (tùy chọn)
- Muối để nếm

HƯỚNG DẪN:
a) Trong máy xay sinh tố hoặc máy chế biến thực phẩm, trộn lá ngò, dừa vụn, ớt xanh, nước cốt chanh, chana dal rang, dừa nạo (nếu dùng) và muối.
b) Trộn cho đến khi bạn có được một hỗn hợp mịn và kem.
c) Điều chỉnh muối và nước cốt chanh theo khẩu vị của bạn.
d) Chuyển sang tô phục vụ và làm lạnh cho đến khi sẵn sàng sử dụng.
e) Dùng làm nước chấm cho samosas, dosas hoặc phết lên bánh mì sandwich.

63. Tương ớt bạc hà dứa

THÀNH PHẦN:
- 2 cốc dứa tươi, thái hạt lựu
- 1/2 chén hành đỏ, thái nhỏ
- 1/4 chén lá bạc hà tươi, xắt nhỏ
- 1 hạt tiêu jalapeño, thái nhỏ
- 2 thìa nước cốt chanh
- 2 thìa mật ong
- Chút muối

HƯỚNG DẪN:

a) Trong một cái bát, trộn dứa tươi thái hạt lựu, hành đỏ thái nhỏ, lá bạc hà tươi thái nhỏ, ớt jalapeño thái nhỏ, nước cốt chanh, mật ong và một chút muối.

b) Trộn đều các nguyên liệu để đảm bảo hương vị được phân bổ đều.

c) Để tương ớt nguội trong tủ lạnh ít nhất 1 giờ trước khi dùng.

d) Dùng món tương ớt bạc hà dứa này như một món ăn sảng khoái cho gà nướng, cá hoặc làm lớp phủ cho bánh taco.

64. Mầm cà ri và tương ớt cà chua

THÀNH PHẦN:
- 2 chén rau mầm
- 4 quả cà chua, xắt nhỏ
- 1 củ hành tây, xắt nhỏ
- 2 quả ớt xanh, xắt nhỏ
- Tỏi tép, băm nhỏ
- Hạt mù tạt
- Hạt thì là
- lá cà ri
- Muối để nếm
- Dầu nấu ăn

HƯỚNG DẪN:

a) Trong chảo, đun nóng dầu rồi cho hạt mù tạt, hạt thì là và lá cà ri vào. Cho phép họ nói lắp bắp.
b) Thêm hành tây xắt nhỏ, ớt xanh và tỏi băm. Xào cho đến khi hành tây trong suốt.
c) Thêm cà chua xắt nhỏ và nấu cho đến khi chúng mềm.
d) Khuấy mầm cỏ cà ri và nấu trong vài phút.
e) Nêm muối và tiếp tục nấu cho đến khi hỗn hợp đặc lại.
f) Dùng mầm cỏ cà ri và tương ớt cà chua với cơm hoặc như một món ăn phụ.

65. Tương ớt rau mùi

THÀNH PHẦN:
- ½ muỗng cà phê hạt thì là, nướng và xay
- ½ muỗng cà phê hạt mù tạt vàng, nướng và xay
- 1 bó rau mùi lớn
- 1 củ hành vàng nhỏ, bóc vỏ và cắt nhỏ (khoảng ½ cốc)
- ¼ cốc dừa không đường
- 3 thìa gừng xay
- 2 quả ớt serrano, bỏ cuống (để bớt cay, bỏ hạt)
- Vỏ và nước cốt của 2 quả chanh
- Muối để nếm

HƯỚNG DẪN:

a) Kết hợp tất cả các thành phần trong máy xay và trộn ở tốc độ cao cho đến khi mịn.

b) Thêm nước khi cần thiết để đạt được hỗn hợp sệt.

66. Tương ớt húng quế Pesto

THÀNH PHẦN:
- 2 chén lá húng quế tươi
- 1/4 chén hạt thông hoặc quả óc chó
- 2 tép tỏi
- 1/4 chén phô mai Parmesan bào
- 1/2 chén dầu ô liu
- Muối và hạt tiêu cho vừa ăn

HƯỚNG DẪN:
a) Trong máy xay thực phẩm, trộn lá húng quế, hạt thông hoặc quả óc chó, tỏi và phô mai Parmesan.
b) Xung cho đến khi cắt nhỏ.
c) Khi máy xay thực phẩm đang chạy, từ từ thêm dầu ô liu cho đến khi hỗn hợp tạo thành hỗn hợp sệt mịn.
d) Nêm muối và hạt tiêu cho vừa ăn.
e) Chuyển tương ớt pesto vào lọ và bảo quản trong tủ lạnh. Nó có thể được dùng làm nước chấm, nước chấm hoặc nước sốt cho mì ống.

67.Thì là và tương ớt sữa chua

THÀNH PHẦN:
- 1 chén thì là tươi, xắt nhỏ
- 1 cốc sữa chua nguyên chất
- 1 tép tỏi, băm nhỏ
- 1 thìa nước cốt chanh
- Muối để nếm

HƯỚNG DẪN:

a) Trong một cái bát, trộn đều thì là cắt nhỏ, sữa chua nguyên chất, tỏi băm, nước cốt chanh và muối.

b) Khuấy cho đến khi kết hợp tốt.

c) Điều chỉnh gia vị cho vừa miệng, thêm muối hoặc nước cốt chanh nếu muốn.

d) Dùng thì là và tương ớt sữa chua ướp lạnh như một món ăn kèm sảng khoái cho thịt nướng, rau nướng hoặc dùng để chấm cho khoai tây chiên hoặc bánh quy giòn.

68. Tương ớt mùi tây và quả óc chó

THÀNH PHẦN:
- 1 chén lá mùi tây tươi
- 1/2 chén quả óc chó
- 1 tép tỏi
- 2 thìa nước cốt chanh
- 1/4 chén dầu ô liu
- Muối và hạt tiêu cho vừa ăn

HƯỚNG DẪN:

a) Trong máy xay thực phẩm, trộn lá mùi tây tươi, quả óc chó, tỏi và nước cốt chanh.

b) Xung cho đến khi cắt nhỏ.

c) Trong khi máy xay thực phẩm đang chạy, hãy rưới từ từ dầu ô liu vào cho đến khi hỗn hợp tạo thành hỗn hợp sệt mịn.

d) Nêm muối và hạt tiêu cho vừa ăn.

e) Chuyển tương ớt mùi tây và quả óc chó vào lọ và làm lạnh cho đến khi sẵn sàng sử dụng. Nó kết hợp tốt với thịt nướng, cá hoặc dùng để phết lên bánh mì sandwich.

69. Tương ớt hương thảo và hạnh nhân

THÀNH PHẦN:
- 1/2 chén lá hương thảo tươi
- 1/4 cốc hạnh nhân
- 1 tép tỏi
- 1 thìa nước cốt chanh
- 1/4 chén dầu ô liu
- Muối để nếm

HƯỚNG DẪN:
a) Trong máy xay thực phẩm, trộn lá hương thảo tươi, hạnh nhân, tỏi và nước cốt chanh.
b) Xung cho đến khi cắt nhỏ.
c) Trong khi máy xay thực phẩm đang chạy, hãy thêm dần dầu ô liu cho đến khi hỗn hợp đạt được độ đặc như mong muốn.
d) Nêm muối cho vừa ăn.
e) Chuyển tương ớt hương thảo và hạnh nhân vào lọ và để trong tủ lạnh cho đến khi sẵn sàng sử dụng. Nó bổ sung thêm hương vị cho rau nướng, thịt nướng hoặc làm lớp phủ cho bánh crostini.

70. Tương ớt bạc hà và hạt điều

THÀNH PHẦN:
- 1 chén lá bạc hà tươi
- 1/2 chén hạt điều rang
- 2 quả ớt xanh, xắt nhỏ
- 1 muỗng canh dừa nạo (tùy chọn)
- 1 thìa nước cốt chanh
- Muối để nếm
- Nước, khi cần thiết

HƯỚNG DẪN:
a) Cho lá bạc hà tươi, hạt điều rang, ớt xanh xắt nhỏ, dừa nạo (nếu dùng), nước cốt chanh và một chút muối vào máy xay sinh tố hoặc máy chế biến thực phẩm.
b) Trộn cho đến khi mịn, thêm nước khi cần thiết để đạt được độ đặc mong muốn.
c) Hương vị và điều chỉnh gia vị nếu cần thiết.
d) Chuyển tương ớt bạc hà và hạt điều vào lọ và bảo quản trong tủ lạnh. Dùng như nước chấm hoặc phết với đồ ăn nhẹ hoặc bữa ăn chính.

71. Tương ớt đậu phộng và ngò

THÀNH PHẦN:
- 1 chén lá ngò tươi
- 1/2 chén đậu phộng rang
- 2 quả ớt xanh, xắt nhỏ
- 1 muỗng canh gừng xay
- 1 muỗng canh bột me
- Muối để nếm
- Nước, khi cần thiết

HƯỚNG DẪN:
a) Trong máy xay sinh tố hoặc máy chế biến thực phẩm, kết hợp lá ngò tươi, đậu phộng rang, ớt xanh xắt nhỏ, gừng nạo, bột me và muối.
b) Trộn cho đến khi mịn, thêm nước dần dần để đạt được độ đặc mong muốn.
c) Điều chỉnh gia vị theo khẩu vị.
d) Chuyển ngò và tương ớt đậu phộng vào lọ và để trong tủ lạnh cho đến khi sẵn sàng sử dụng. Dùng làm gia vị hoặc nước chấm trong các món ăn nhẹ hoặc món ăn Ấn Độ.

72. Tương ớt hẹ và quả óc chó

THÀNH PHẦN:
- 1 chén hẹ tươi, xắt nhỏ
- 1/2 chén quả óc chó
- 1 tép tỏi
- 1 thìa nước cốt chanh
- 1/4 chén dầu ô liu
- Muối và hạt tiêu cho vừa ăn

HƯỚNG DẪN:
a) Trong máy xay thực phẩm, trộn hẹ tươi, quả óc chó, tỏi, nước cốt chanh và dầu ô liu.
b) Xung cho đến khi hỗn hợp tạo thành một hỗn hợp sệt.
c) Nêm muối và hạt tiêu cho vừa ăn.
d) Chuyển tương ớt hẹ và quả óc chó vào lọ và làm lạnh cho đến khi sẵn sàng sử dụng. Thưởng thức như một món phết lên bánh sandwich, phủ lên rau củ nướng hoặc nhúng vào bánh quy giòn.

73. Tương ớt Xô thơm và hạt dẻ

THÀNH PHẦN:
- 1 chén lá xô thơm tươi
- 1/2 chén hạt phỉ nướng
- 1 tép tỏi
- Vỏ của 1 quả chanh
- 2 thìa nước cốt chanh
- 1/4 chén dầu ô liu
- Muối và hạt tiêu cho vừa ăn

HƯỚNG DẪN:

a) Trong máy xay thực phẩm, trộn lá xô thơm tươi, hạt phỉ nướng, tỏi, vỏ chanh, nước cốt chanh và dầu ô liu.

b) Xung cho đến khi hỗn hợp tạo thành một hỗn hợp sệt.

c) Nêm muối và hạt tiêu cho vừa ăn.

d) Chuyển tương ớt xô thơm và hạt phỉ vào lọ và để trong tủ lạnh cho đến khi sẵn sàng sử dụng. Dùng làm gia vị cho các món thịt quay, cá nướng hoặc làm chất tăng hương vị cho các món súp và món hầm.

74.Tương ớt chanh húng tây

THÀNH PHẦN:
- 1 chén lá húng tây tươi
- 1/2 chén hạnh nhân, nướng
- 1 tép tỏi
- Vỏ và nước cốt của 1 quả chanh
- 1/4 chén dầu ô liu
- Muối để nếm

HƯỚNG DẪN:

a) Trong máy xay thực phẩm, trộn lá húng tây tươi, hạnh nhân nướng, tỏi, vỏ chanh và nước cốt chanh.
b) Xung cho đến khi hỗn hợp tạo thành một hỗn hợp sệt.
c) Khi máy xay thực phẩm đang chạy, đổ từ từ dầu ô liu vào cho đến khi hòa quyện.
d) Nêm muối cho vừa ăn.
e) Chuyển tương ớt húng chanh vào lọ và để trong tủ lạnh cho đến khi sẵn sàng sử dụng. Nó kết hợp tốt với thịt nướng, rau củ nướng hoặc phết lên bánh mì sandwich.

75. Tarragon và Pistachio Chutney

THÀNH PHẦN:
- 1 chén lá ngải giấm tươi
- 1/2 chén quả hồ trăn, bóc vỏ và nướng
- 1 củ hẹ, xắt nhỏ
- 1 muỗng canh giấm rượu trắng
- 1/4 chén dầu ô liu
- Muối và hạt tiêu cho vừa ăn

HƯỚNG DẪN:
a) Trong máy xay thực phẩm, kết hợp lá ngải giấm tươi, quả hồ trăn nướng, hẹ tây xắt nhỏ và giấm rượu trắng.
b) Xung cho đến khi hỗn hợp tạo thành một hỗn hợp sệt.
c) Khi máy xay thực phẩm đang chạy, đổ từ từ dầu ô liu vào cho đến khi hòa quyện.
d) Nêm muối và hạt tiêu cho vừa ăn.
e) Chuyển tarragon và tương ớt hồ trăn vào lọ và để lạnh cho đến khi sẵn sàng sử dụng. Nó rất ngon khi được dùng kèm với cá nướng, thịt gà hoặc dùng để chấm cho các món ăn chiên.

76.Tương ớt lá oregano và quả óc chó

THÀNH PHẦN:
- 1 chén lá oregano tươi
- 1/2 chén quả óc chó, nướng
- 2 tép tỏi
- Vỏ và nước cốt của 1 quả chanh
- 1/4 chén dầu ô liu
- Muối để nếm

HƯỚNG DẪN:
a) Trong máy xay thực phẩm, trộn lá oregano tươi, quả óc chó nướng, tỏi, vỏ chanh và nước cốt chanh.
b) Xung cho đến khi hỗn hợp tạo thành một hỗn hợp sệt.
c) Khi máy xay thực phẩm đang chạy, đổ từ từ dầu ô liu vào cho đến khi hòa quyện.
d) Nêm muối cho vừa ăn.
e) Chuyển tương ớt oregano và quả óc chó vào lọ và làm lạnh cho đến khi sẵn sàng sử dụng. Thật tuyệt vời khi dùng làm lớp phủ cho rau nướng, mì ống hoặc phết lên món bruschetta.

77. Tương ớt Xô thơm và hạt thông

THÀNH PHẦN:
- 1 chén lá xô thơm tươi
- 1/2 chén hạt thông, nướng
- 1 củ hẹ, xắt nhỏ
- 1 muỗng canh giấm balsamic
- 1/4 chén dầu ô liu
- Muối và hạt tiêu cho vừa ăn

HƯỚNG DẪN:
a) Trong máy xay thực phẩm, trộn lá xô thơm tươi, hạt thông nướng, hẹ tây xắt nhỏ và giấm balsamic.
b) Xung cho đến khi hỗn hợp tạo thành một hỗn hợp sệt.
c) Khi máy xay thực phẩm đang chạy, đổ từ từ dầu ô liu vào cho đến khi hòa quyện.
d) Nêm muối và hạt tiêu cho vừa ăn.
e) Chuyển cây xô thơm và tương ớt hạt thông vào lọ và để trong tủ lạnh cho đến khi sẵn sàng sử dụng. Đó là một món ăn kèm thú vị với thịt nướng, rau nướng hoặc dùng để phết lên bánh crostini.

78. Tương ớt hương thảo và tỏi

THÀNH PHẦN:
- 1 cốc lá hương thảo tươi
- 4 tép tỏi
- 1/4 chén hạt thông, nướng
- 1/4 chén phô mai Parmesan bào
- 1/4 chén dầu ô liu
- Muối và hạt tiêu cho vừa ăn

HƯỚNG DẪN:

a) Trong máy xay thực phẩm, trộn lá hương thảo tươi, tép tỏi, hạt thông nướng và phô mai Parmesan bào.
b) Xung cho đến khi hỗn hợp được cắt nhỏ.
c) Khi máy xay thực phẩm đang chạy, đổ từ từ dầu ô liu vào cho đến khi hỗn hợp tạo thành hỗn hợp sệt.
d) Nêm muối và hạt tiêu cho vừa ăn.
e) Chuyển tương ớt hương thảo và tỏi vào lọ và để lạnh cho đến khi sẵn sàng sử dụng. Nó hoàn hảo để phết lên bánh mì, bánh mì sandwich hoặc dùng để chấm cho bánh quy giòn.

79. Tương ớt lá hẹ và chanh

THÀNH PHẦN:
- 1 chén hẹ tươi, xắt nhỏ
- Vỏ của 2 quả chanh
- 1/4 chén hạnh nhân nướng
- 2 thìa nước cốt chanh
- 1/4 chén dầu ô liu nguyên chất
- Muối và hạt tiêu cho vừa ăn

HƯỚNG DẪN:
a) Trong máy xay thực phẩm, trộn hẹ tươi, vỏ chanh, hạnh nhân nướng và nước cốt chanh.
b) Xung cho đến khi hỗn hợp được cắt nhỏ.
c) Khi máy xay thực phẩm đang chạy, từ từ rưới dầu ô liu vào cho đến khi hỗn hợp tạo thành hỗn hợp sệt mịn.
d) Nêm muối và hạt tiêu cho vừa ăn.
e) Chuyển tương ớt hẹ và vỏ chanh vào lọ và để trong tủ lạnh cho đến khi sẵn sàng sử dụng. Món này rất ngon khi dùng kèm với cá nướng, rau củ nướng hoặc dùng làm lớp phủ cho món salad.

80. Tương ớt Xô thơm và chanh húng tây

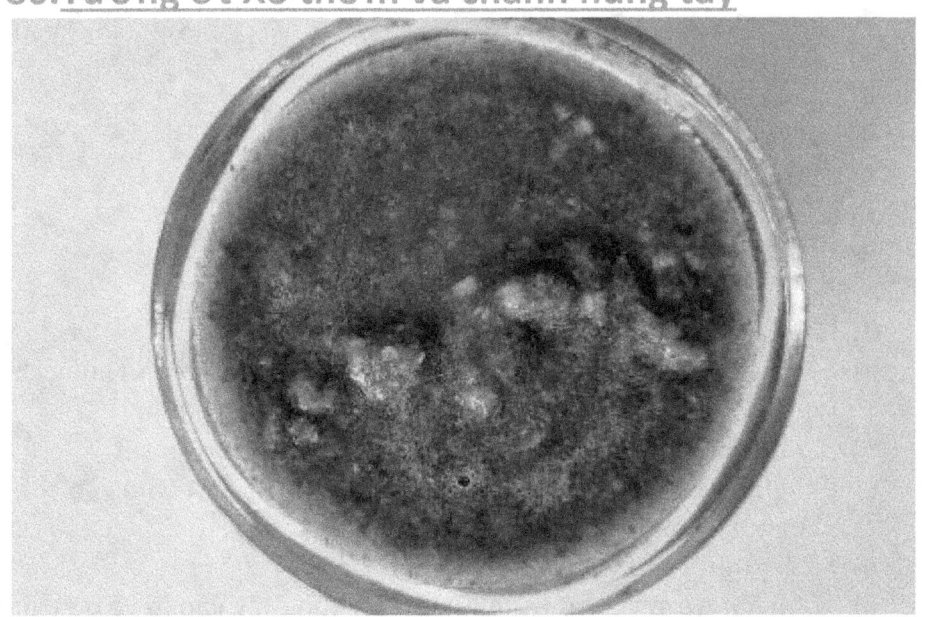

THÀNH PHẦN:
- 1 chén lá xô thơm tươi
- 1/2 chén lá húng chanh tươi
- 1/4 chén quả óc chó, nướng
- 2 tép tỏi
- Vỏ và nước cốt của 1 quả chanh
- 1/4 chén dầu ô liu nguyên chất
- Muối để nếm

HƯỚNG DẪN:
a) Trong máy xay thực phẩm, kết hợp lá xô thơm tươi, lá húng chanh, quả óc chó nướng, tép tỏi, vỏ chanh và nước chanh.
b) Xung cho đến khi hỗn hợp tạo thành một hỗn hợp sệt.
c) Khi máy xay thực phẩm đang chạy, đổ từ từ dầu ô liu vào cho đến khi hỗn hợp được kết hợp tốt.
d) Nêm muối cho vừa ăn.
e) Chuyển tương ớt xô thơm và chanh húng tây vào lọ và để trong tủ lạnh cho đến khi sẵn sàng sử dụng. Đó là một món ăn kèm tuyệt vời với thịt nướng, rau nướng hoặc dùng để phết lên bánh mì sandwich.

81. Húng quế và tương ớt cà chua khô

THÀNH PHẦN:
- 2 chén lá húng quế tươi
- 1/2 chén cà chua phơi nắng (đóng gói trong dầu), để ráo nước
- 1/4 chén hạt thông, nướng
- 2 tép tỏi
- 1/4 chén phô mai Parmesan bào
- 1/4 chén dầu ô liu nguyên chất
- Muối và hạt tiêu cho vừa ăn

HƯỚNG DẪN:
a) Trong máy chế biến thực phẩm, kết hợp lá húng quế tươi, cà chua phơi nắng, hạt thông nướng, tép tỏi và phô mai Parmesan bào.
b) Xung cho đến khi hỗn hợp tạo thành một hỗn hợp sệt.
c) Khi máy xay thực phẩm đang chạy, đổ từ từ dầu ô liu vào cho đến khi hỗn hợp được kết hợp tốt.
d) Nêm muối và hạt tiêu cho vừa ăn.
e) Chuyển húng quế và tương ớt cà chua phơi nắng vào lọ và để trong tủ lạnh cho đến khi sẵn sàng sử dụng. Thật tuyệt vời khi dùng với mì ống, phết lên món bruschetta hoặc ăn kèm với gà hoặc cá nướng.

82. Tarragon và hẹ tương ớt

THÀNH PHẦN:
- 1 chén lá ngải giấm tươi
- 2 củ hẹ, xắt nhỏ
- 1/4 chén giấm rượu trắng
- 1/4 chén dầu ô liu
- 2 thìa mật ong
- Muối và hạt tiêu cho vừa ăn

HƯỚNG DẪN:
a) Cho lá ngải giấm tươi, hẹ tây cắt nhỏ, giấm rượu trắng, dầu ô liu và mật ong vào máy xay thực phẩm.
b) Xung cho đến khi hỗn hợp tạo thành một hỗn hợp mịn.
c) Nêm muối và hạt tiêu cho vừa ăn.
d) Chuyển tarragon và tương ớt hẹ vào lọ và để lạnh cho đến khi sẵn sàng sử dụng. Nó kết hợp tốt với thịt nướng, cá hoặc phết lên bánh mì sandwich.

83. Cỏ roi ngựa chanh và tương ớt hạnh nhân

THÀNH PHẦN:
- 1 chén lá cỏ roi ngựa chanh tươi
- 1/2 chén hạnh nhân, nướng
- 1 tép tỏi
- Vỏ và nước cốt của 1 quả chanh
- 1/4 chén dầu ô liu nguyên chất
- Muối để nếm

HƯỚNG DẪN:
a) Trong máy xay thực phẩm, trộn lá cỏ roi chanh tươi, hạnh nhân nướng, tỏi, vỏ chanh và nước cốt chanh.
b) Xung cho đến khi hỗn hợp tạo thành một hỗn hợp sệt.
c) Khi máy xay thực phẩm đang chạy, đổ từ từ dầu ô liu vào cho đến khi hòa quyện.
d) Nêm muối cho vừa ăn.
e) Chuyển cỏ roi ngựa chanh và tương ớt hạnh nhân vào lọ và để lạnh cho đến khi sẵn sàng sử dụng. Thật tuyệt vời khi phết lên bánh mì crostini, trộn với mì ống hoặc dùng kèm với rau nướng.

84. Kinh giới và tương ớt hạt phỉ

THÀNH PHẦN:
- 1 chén lá kinh giới tươi
- 1/2 chén hạt phỉ, nướng
- 1 củ hẹ, xắt nhỏ
- 1 muỗng canh giấm rượu vang đỏ
- 1/4 chén dầu ô liu
- Muối và hạt tiêu cho vừa ăn

HƯỚNG DẪN:

a) Trong máy xay thực phẩm, trộn lá kinh giới tươi, hạt phỉ nướng, hẹ tây xắt nhỏ và giấm rượu vang đỏ.
b) Xung cho đến khi hỗn hợp tạo thành một hỗn hợp sệt.
c) Khi máy xay thực phẩm đang chạy, đổ từ từ dầu ô liu vào cho đến khi hòa quyện.
d) Nêm muối và hạt tiêu cho vừa ăn.
e) Chuyển kinh giới và tương ớt hạt dẻ vào lọ và để trong tủ lạnh cho đến khi sẵn sàng sử dụng. Món này rất ngon khi dùng kèm với thịt quay, hải sản nướng hoặc dùng để chấm với bánh mì giòn.

85. Tương ớt Oregano và Hồ đào

THÀNH PHẦN:
- 1 chén lá oregano tươi
- 1/2 chén hồ đào, nướng
- 2 tép tỏi
- Vỏ và nước cốt của 1 quả chanh
- 1/4 chén dầu ô liu nguyên chất
- Muối và hạt tiêu cho vừa ăn

HƯỚNG DẪN:

a) Trong máy xay thực phẩm, kết hợp lá oregano tươi, quả hồ đào nướng, tép tỏi, vỏ chanh và nước chanh.

b) Xung cho đến khi hỗn hợp tạo thành một hỗn hợp sệt.

c) Khi máy xay thực phẩm đang chạy, đổ từ từ dầu ô liu vào cho đến khi hòa quyện.

d) Nêm muối và hạt tiêu cho vừa ăn.

e) Chuyển tương ớt oregano và hồ đào vào lọ và làm lạnh cho đến khi sẵn sàng sử dụng. Thật tuyệt vời khi dùng làm nước xốt cho thịt nướng, xào vào súp hoặc làm lớp phủ cho rau củ nướng.

MÙI HOA

86.hoa hồng hông và tương ớt Sultanas

THÀNH PHẦN:
- 1 pound hoa hồng hông, bỏ đầu, đuôi và bỏ hạt
- 1 lít dấm rượu táo
- ½ pound nho Sultana
- 1 pound táo nấu ăn, gọt vỏ, bỏ lõi và cắt nhỏ
- 2 thìa cà phê gừng tươi xay
- Hạt từ 3 hoặc 4 quả bạch đậu khấu, nghiền nát
- Một ly tương ớt
- 1 tép tỏi lớn, thái nhỏ
- ½ pound đường nâu mềm
- Nước cốt của một quả chanh và vỏ bào của nửa quả chanh

HƯỚNG DẪN:

a) Trong một cái chảo lớn, kết hợp hoa hồng hông, giấm rượu táo, nho, táo nấu ăn cắt nhỏ, gừng nghiền, hạt bạch đậu khấu nghiền, tương ớt và tỏi băm nhuyễn.

b) Đun sôi hỗn hợp nhẹ nhàng, sau đó giảm nhiệt và đun nhỏ lửa trong khoảng 20-30 phút hoặc cho đến khi hông hoa hồng và táo mềm.

c) Thêm đường nâu mềm, nước cốt chanh và vỏ chanh bào vào chảo. Khuấy đều để hòa tan đường.

d) Tiếp tục đun nhỏ lửa hỗn hợp thêm 30-40 phút, thỉnh thoảng khuấy đều cho đến khi tương ớt đặc lại như bạn mong muốn.

e) Điều chỉnh gia vị cho vừa ăn. Nếu bạn thích tương ớt cay hơn có thể cho thêm tương ớt.

f) Khi tương ớt đã đặc lại và hương vị đã hòa quyện, hãy tắt bếp.

g) Để tương ớt hoa hồng nguội một chút trước khi chuyển vào lọ khử trùng.

h) Đậy kín các lọ và bảo quản chúng ở nơi tối, mát mẻ. Tương ớt sẽ tiếp tục chín và phát triển hương vị theo thời gian.

87. Tương ớt hoa oải hương và mật ong

THÀNH PHẦN:
- 1/4 chén hoa oải hương khô
- 1/2 chén mật ong
- 2 thìa nước cốt chanh
- 1/4 cốc nước

HƯỚNG DẪN:
a) Trong một cái chảo nhỏ, kết hợp hoa oải hương khô, mật ong, nước cốt chanh và nước.
b) Đun sôi hỗn hợp trên lửa nhỏ.
c) Để lửa nhỏ trong 5-10 phút, thỉnh thoảng khuấy đều cho đến khi hỗn hợp hơi đặc lại.
d) Tắt bếp và để tương ớt nguội hoàn toàn.
e) Chuyển tương ớt hoa oải hương và mật ong vào lọ và bảo quản trong tủ lạnh. Dùng để phết lên bánh mì nướng, bánh nướng hoặc dùng làm lớp phủ cho sữa chua hoặc kem.

88.Cánh hoa hồng và tương ớt bạch đậu khấu

THÀNH PHẦN:
- 1 chén cánh hoa hồng tươi (đảm bảo chúng không bị xịt)
- 1/2 chén đường
- 1/4 cốc nước
- 3-4 quả bạch đậu khấu, nghiền nát

HƯỚNG DẪN:
a) Trong một cái chảo, trộn cánh hoa hồng tươi, đường, nước và vỏ bạch đậu khấu nghiền nát.
b) Nấu trên lửa nhỏ, thỉnh thoảng khuấy đều cho đến khi đường tan.
c) Tăng nhiệt lên mức trung bình thấp và đun nhỏ lửa trong khoảng 15-20 phút hoặc cho đến khi hỗn hợp đặc lại thành dạng xi-rô.
d) Tắt bếp và để tương ớt nguội hoàn toàn.
e) Chuyển cánh hoa hồng và tương ớt bạch đậu khấu vào lọ và để lạnh cho đến khi sẵn sàng sử dụng. Nó hoàn hảo để rưới lên các món tráng miệng, pha vào cocktail hoặc dùng kèm với phô mai.

89. Tương ớt hoa cơm cháy và chanh

THÀNH PHẦN:
- 1 chén hoa cơm cháy (bỏ phần xanh)
- Vỏ và nước cốt của 1 quả chanh
- 1/2 chén đường
- 1/4 cốc nước

HƯỚNG DẪN:
a) Trong một cái chảo, trộn hoa cơm cháy, vỏ chanh, nước cốt chanh, đường và nước.
b) Đun hỗn hợp trên lửa nhỏ, thỉnh thoảng khuấy đều cho đến khi đường tan.
c) Để lửa nhỏ trong khoảng 10-15 phút hoặc cho đến khi hỗn hợp hơi đặc lại.
d) Tắt bếp và để tương ớt nguội hoàn toàn.
e) Chuyển hoa cơm cháy và tương ớt chanh vào lọ và để trong tủ lạnh cho đến khi sẵn sàng sử dụng. Thật thú vị khi rưới lên bánh kếp, trộn vào sữa chua hoặc ăn kèm với cá hoặc gà nướng.

90. Tương ớt hoa bí

THÀNH PHẦN:

- 3 muỗng canh hạt thông
- 2 muỗng canh nước rất nóng
- Một nhúm sợi nghệ tây
- 2 chén hoa bí xếp lỏng lẻo, khoảng 12 bông hoa
- 1/3 chén phô mai Parmigiano bào thô
- ½ chén dầu ô liu có hương vị nhẹ
- Chút muối

HƯỚNG DẪN:

a) Trong chảo khô ở mức trung bình, nướng nhẹ hạt thông cho đến khi chúng bắt đầu có mùi hạt và có màu vàng nhạt. Hãy quan sát chúng cẩn thận để chúng không bị chuyển sang màu nâu sẫm hoặc cháy. Chuyển sang một chiếc khăn bếp và để nguội.

b) Đổ 2 muỗng canh nước nóng lên nghệ tây trong một cái bát nhỏ và để yên.

c) Kéo nhị hoa ra khỏi giữa hoa bí và ngắt bỏ những thân cứng hoặc lá xanh ở gốc. Nhẹ nhàng kéo những bông hoa ra và đo 2 chiếc cốc được đóng gói lỏng lẻo. Cho hoa vào máy xay thực phẩm và xay 2 – 3 lần để hoa vỡ ra.

d) Thêm các loại hạt, phô mai và nghệ tây cùng với nước và xay cho đến khi mọi thứ được cắt nhỏ. Bật máy và rưới dầu ô liu từ từ vào.

e) Dừng lại và cạo các cạnh của bát nếu cần. Khi tất cả dầu đã hòa quyện, thêm một chút muối cho vừa ăn. Nếu phô mai của bạn mặn, hãy tiết kiệm thêm muối.

f) Chuyển vào hộp kín và rưới một lớp dầu ô liu thật mỏng lên bề mặt.

CHUTNEY ỚT

91. Nóng Ớt C Hutney

THÀNH PHẦN:
- 1 củ hành lớn
- 2 tép tỏi
- 1 miếng gừng 3-4"
- 1 quả chanh
- Một số quả ớt nhỏ rất cay
- 1 thìa cà phê muối
- 2 thìa cà phê ớt cayenne nhiều hay ít tùy khẩu vị
- ½ đến 1 muỗng cà phê tiêu đen

HƯỚNG DẪN:
Cắt hành tây thành từng que diêm. Băm tỏi hoặc cắt thành que diêm nhỏ.
Gọt vỏ gừng và cắt thành que diêm mỏng
Thêm nước cốt chanh, muối và hạt tiêu.
Bây giờ, thêm bột cayenne cho vừa ăn và ớt cay thái hạt lựu. Trộn đều và để trong tủ lạnh.

92. Tương ớt táo Habanero

THÀNH PHẦN:
- 2 pound Táo nấu chín, gọt vỏ và thái hạt lựu nhỏ
- ¼pint Dầu thực vật (không phải dầu ô liu)
- 2 thìa gừng tươi thái hạt lựu
- 1 Toàn bộ đầu tỏi, bóc vỏ và thái hạt lựu
- 2 muỗng canh hạt mù tạt trắng
- 1 thìa cà phê hạt cỏ cà ri, ngâm trong nước nóng, để ráo nước
- ½ muỗng cà phê hạt tiêu đen nguyên hạt
- 2 thìa cà phê thì là xay
- 2 thìa cà phê ớt bột
- 1 thìa cà phê nghệ
- 4 ounce đường
- 8 ounce chất lỏng Giấm táo
- 1 thìa muối

HƯỚNG DẪN:

a) Đun nóng dầu trong chảo rồi nhẹ nhàng xào tỏi và gừng cho đến khi bắt đầu có màu, sau đó thêm phần gia vị còn lại vào nấu thêm ba phút nữa. Thêm giấm, táo, habs, đường và muối vào rồi đun nhỏ lửa. khoảng một giờ cho đến khi bạn có một hỗn hợp đặc và nhão. Ý tưởng là để táo tan rã hoàn toàn.

b) Cho vào lọ đã khử trùng nóng, đậy kín ngay bằng nắp đậy chống giấm và cố gắng để trong khoảng 2 tháng. Sau đó, hãy tận hưởng! Nó vẫn giữ được tốt mà không cần để trong tủ lạnh.

93. Tương ớt xanh và rau mùi

THÀNH PHẦN:
- 10-12 quả ớt xanh
- 1 chén lá rau mùi tươi (ngò)
- 1 thìa nước cốt chanh
- 1 thìa cà phê hạt thì là
- Muối để nếm
- Nước, khi cần thiết

HƯỚNG DẪN:

a) Trong máy xay sinh tố, kết hợp ớt xanh, lá rau mùi, nước cốt chanh, hạt thì là và muối.

b) Trộn cho đến khi mịn, thêm nước khi cần thiết để đạt được độ đặc mong muốn.

c) Điều chỉnh gia vị theo khẩu vị.

d) Chuyển sang bát phục vụ và dùng kèm với đồ ăn nhẹ hoặc dùng để chấm cho samosas, pakoras hoặc các món khai vị khác.

94. Tương ớt ngọt

THÀNH PHẦN:
- 10-12 quả ớt đỏ
- 1 chén đường thốt nốt hoặc đường nâu
- 1/2 chén bột me
- 1 thìa cà phê hạt thì là
- 1 muỗng cà phê hạt thì là
- Muối để nếm
- Nước, khi cần thiết

HƯỚNG DẪN:
a) Trong một cái chảo, trộn ớt đỏ, đường thốt nốt (hoặc đường nâu), bột me, hạt thì là, hạt thì là, muối và nước vừa đủ để ngập các nguyên liệu.
b) Nấu trên lửa vừa, thỉnh thoảng khuấy đều cho đến khi hỗn hợp đặc lại và ớt mềm.
c) Để nguội một chút, sau đó chuyển vào máy xay.
d) Xay đến khi mịn.
e) Chuyển vào lọ và để lạnh. Loại tương ớt này dùng làm gia vị tuyệt vời cho các món ăn nhẹ của Ấn Độ như pakoras, samosas hoặc làm nước chấm cho món chả giò.

95. Tương ớt dừa

THÀNH PHẦN:
- 1 cốc dừa tươi nạo
- 6-8 quả ớt xanh, xắt nhỏ
- 1 muỗng canh chana dal rang (đậu xanh tách đôi)
- 1 muỗng canh bột me
- Muối để nếm
- Nước, khi cần thiết

HƯỚNG DẪN:

a) Trong máy xay sinh tố, kết hợp dừa nạo, ớt xanh xắt nhỏ, chana dal rang, bột me và muối.

b) Thêm một ít nước và trộn cho đến khi mịn, thêm nhiều nước hơn nếu cần thiết để đạt được độ đặc mong muốn.

c) Chuyển sang bát phục vụ và dùng làm món chấm với dosas, idlis hoặc vadas.

96. Tương ớt ớt chuông

THÀNH PHẦN:
- 2 quả ớt chuông đỏ, xắt nhỏ
- 2 quả ớt xanh, xắt nhỏ
- 1 củ hành tây, xắt nhỏ
- 2 tép tỏi, băm nhỏ
- 1 muỗng canh gừng, băm nhỏ
- 1/4 chén giấm
- 2 thìa mật ong
- Muối để nếm
- 1 muỗng canh dầu

HƯỚNG DẪN:
a) Đun nóng dầu trong chảo rồi xào hành, tỏi và gừng xắt nhỏ cho đến khi trong suốt.
b) Thêm ớt chuông xắt nhỏ và ớt xanh vào nấu cho đến khi ớt mềm.
c) Khuấy giấm, mật ong và muối. Nấu thêm vài phút nữa.
d) Để hỗn hợp nguội một chút rồi chuyển vào máy xay.
e) Xay đến khi mịn.
f) Chuyển vào lọ và để lạnh. Loại tương ớt này dùng làm gia vị tuyệt vời cho bánh sandwich, món cuốn hoặc thịt nướng.

HẠT CHUTNEY

97. Tương ớt đậu phộng

THÀNH PHẦN:
- 1 cốc đậu phộng rang
- 2-3 quả ớt xanh
- 2 tép tỏi
- miếng gừng 1 inch
- 1 muỗng canh bột me
- Muối để nếm
- Nước, khi cần thiết
- Ủ: 1 thìa canh dầu, 1 thìa cà phê hạt mù tạt, 1 thìa cà phê urad dal (cây đậu đen tách đôi), một nhúm asafoetida (hing), vài lá cà ri

HƯỚNG DẪN:
a) Trong máy xay sinh tố, kết hợp đậu phộng rang, ớt xanh, tỏi, gừng, bột me và muối.
b) Trộn thành hỗn hợp sệt, thêm nước nếu cần.
c) Để ủ, đun nóng dầu trong chảo nhỏ. Thêm hạt mù tạt, urad dal, asafoetida và lá cà ri. Hãy để họ nói lắp bắp.
d) Đổ nước ủ lên trên tương ớt và trộn đều.
e) Ăn kèm dosa, idli hoặc cơm.

98. Tương ớt hạnh nhân

THÀNH PHẦN:
- 1 chén hạnh nhân, ngâm và bóc vỏ
- 2-3 quả ớt xanh
- 1/2 chén dừa nạo
- 1 muỗng canh bột me
- Muối để nếm
- Nước, khi cần thiết
- Ủ: 1 thìa canh dầu, 1 thìa cà phê hạt mù tạt, 1 thìa cà phê urad dal (đậu đen tách đôi), một nhúm asafoetida (hing), vài lá cà ri

HƯỚNG DẪN:
a) Trong máy xay sinh tố, kết hợp hạnh nhân đã ngâm và bóc vỏ, ớt xanh, dừa nạo, bột me và muối.
b) Trộn thành hỗn hợp sệt, thêm nước khi cần thiết.
c) Để ủ, đun nóng dầu trong chảo nhỏ. Thêm hạt mù tạt, urad dal, asafoetida và lá cà ri. Hãy để họ nói lắp bắp.
d) Đổ nước ủ lên trên tương ớt và trộn đều.
e) Ăn kèm dosa, idli hoặc cơm.

99. Tương ớt hạt điều

THÀNH PHẦN:
- 1 chén hạt điều đã ngâm
- 2-3 quả ớt xanh
- 1/2 chén dừa nạo
- 1 muỗng canh bột me
- Muối để nếm
- Nước, khi cần thiết
- Ủ: 1 thìa canh dầu, 1 thìa cà phê hạt mù tạt, 1 thìa cà phê urad dal (đậu đen tách đôi), một nhúm asafoetida (hing), vài lá cà ri

HƯỚNG DẪN:
a) Trong máy xay sinh tố, kết hợp hạt điều đã ngâm, ớt xanh, dừa nạo, bột me và muối.
b) Trộn thành hỗn hợp sệt, thêm nước khi cần thiết.
c) Để ủ, đun nóng dầu trong chảo nhỏ. Thêm hạt mù tạt, urad dal, asafoetida và lá cà ri. Hãy để họ nói lắp bắp.
d) Đổ nước ủ lên trên tương ớt và trộn đều.
e) Ăn kèm dosa, idli hoặc cơm.

100. Tương ớt quả óc chó

THÀNH PHẦN:
- 1 cốc quả óc chó
- 2-3 quả ớt đỏ khô
- 1/2 chén dừa nạo
- 1 muỗng canh bột me
- Muối để nếm
- Nước, khi cần thiết
- Ủ: 1 thìa canh dầu, 1 thìa cà phê hạt mù tạt, 1 thìa cà phê urad dal (đậu đen tách đôi), một nhúm asafoetida (hing), vài lá cà ri

HƯỚNG DẪN:
a) Trong máy xay sinh tố, kết hợp quả óc chó, ớt đỏ khô, dừa nạo, bột me và muối.
b) Trộn thành hỗn hợp sệt, thêm nước nếu cần.
c) Để ủ, đun nóng dầu trong chảo nhỏ. Thêm hạt mù tạt, urad dal, asafoetida và lá cà ri. Hãy để họ nói lắp bắp.
d) Đổ nước ủ lên trên tương ớt và trộn đều.
e) Ăn kèm dosa, idli hoặc cơm.

PHẦN KẾT LUẬN

Khi kết thúc hành trình qua "Sách dạy nấu ăn của Chutney Life", chúng tôi hy vọng bạn đã được truyền cảm hứng để tìm hiểu nghệ thuật làm tương ớt và khám phá tấm thảm phong phú về hương vị và truyền thống mà loại gia vị yêu thích này mang lại. Cho dù bạn là một đầu bếp dày dặn kinh nghiệm hay một người mới bắt đầu nấu ăn thì những trang này đều có nội dung gì đó để mọi người thưởng thức.

Khi bạn tiếp tục thử nghiệm các công thức và hương vị tương ớt khác nhau, mong rằng mỗi mẻ làm sẽ mang lại cho bạn niềm vui, sự hài lòng và đánh giá sâu sắc hơn về di sản ẩm thực của Ấn Độ. Cho dù bạn đang chia sẻ tương ớt với những người thân yêu, tặng lọ tự làm cho bạn bè và hàng xóm hay chỉ đơn giản là thưởng thức chúng như một phần trong bữa ăn hàng ngày của mình, mong rằng trải nghiệm làm và thưởng thức tương ớt sẽ làm phong phú thêm cuộc sống của bạn và mang hương vị Ấn Độ đến bàn ăn của bạn.

Cảm ơn bạn đã tham gia cùng chúng tôi trong cuộc hành trình đầy hương vị này thông qua nghệ thuật làm tương ớt. Cầu mong căn bếp của bạn tràn ngập hương thơm của các loại gia vị, thảo mộc và nguyên liệu tươi, bữa ăn của bạn với sự thú vị của tương ớt thơm ngon và trái tim bạn tràn ngập niềm vui khi nấu nướng và chia sẻ những món ăn ngon. Cho đến khi chúng ta gặp lại nhau, chúc bạn làm tương ớt vui vẻ và ngon miệng!

www.ingramcontent.com/pod-product-compliance
Lightning Source LLC
Chambersburg PA
CBHW071905110526
44591CB00011B/1555